இந்திய நாயினங்கள்

இந்திய நாயினங்கள்
ஒரு வரலாற்றுப் பார்வை

சு. தியடோர் பாஸ்கரன் (பி. 1940)

தாராபுரத்தில் பிறந்த பாஸ்கரன் உல்லாஸ் கரந்தின் 'The Way of the Tiger' நூலைக் 'கானுறை வேங்கை' (காலச்சுவடு 2006) என்ற தலைப்பில் மொழிபெயர்த்திருக்கிறார். ஜோப் தாமஸின் 'The Chola Bronzes' நூலைச் 'சோழர் காலச் செப்புப் படிமங்கள்' (காலச்சுவடு 2019) என்றும் ராஜ் கௌதமனின் எட்டுத் தமிழ்க் கட்டுரைகளை 'The Dark Interiors' (2022 சேஜ் & சமயா) என்ற தலைப்பிலும் மொழிபெயர்த்துள்ளார். வாழ்நாள் இலக்கியச் சேவைக்கான கனடா இலக்கியத் தோட்டத்தின் இயல் விருதை 2014ஆம் ஆண்டு பெற்றவர்.

சு. தியடோர் பாஸ்கரனின்
இயற்கை சார்ந்த பிற நூல்கள்

- 'மழைக்காலமும் குயிலோசையும்' (தொகுப்பாசிரியர்) (2002)
- 'கானுறை வேங்கை' (மொழியாக்கம்) (2006)
- 'இன்னும் பிறக்காத தலைமுறைக்காக' (2006)
- 'தாமரை பூத்த தடாகம்' (2008)
- 'வானில் பறக்கும் புள்ளெலாம்' (2011)
- 'சோலை எனும் வாழிடம்' (2014)
- 'சோழர் காலச் செப்புப் படிமங்கள்' (2019)
- 'ஏழு போராளிகள்!' (மொழியாக்கம்) (2023)
- 'The Dance of the Sarus: Essays of a Wandering Naturalist' (1999)
- 'The Sprint of the Blackbuck' (Edited) (2010)
- 'The Book of Indian Dogs' (2016)

சு. தியடோர் பாஸ்கரன்

இந்திய நாயினங்கள்

ஒரு வரலாற்றுப் பார்வை

காலச்சுவடு பதிப்பகம்

அன்பார்ந்த வாசகருக்கு,

வணக்கம்.

காலச்சுவடு நூலை வாங்கியமைக்கு நன்றி.

நூலின் உள்ளடக்கம், உருவாக்கம், அட்டைப்படம் இன்ன பிற அம்சங்கள் பற்றிய உங்கள் கருத்துகளையும் ஆலோசனைகளையும் காலச்சுவடு வரவேற்கிறது. தகவல், எழுத்து, வாக்கியப் பிழைகள் தென்பட்டால் அவசியம் தெரிவித்து உதவுங்கள். நூல் தயாரிப்பில் கடும் குறைபாடு இருப்பின் மாற்றுப் பிரதி உங்களுக்குக் கிடைக்கக் காலச்சுவடு ஏற்பாடு செய்யும்.

மின்னஞ்சல்: publisher@kalachuvadu.com

காலச்சுவடு நாகர்கோவில் அலுவலகத்திற்குக் கடிதம் அனுப்பலாம்.

தங்கள்
எஸ்.ஆர். சுந்தரம் *(கண்ணன்)*
பதிப்பாளர் — நிர்வாக இயக்குநர்

இந்திய நாயினங்கள்: ஒரு வரலாற்றுப் பார்வை ❖ ஆய்வு நூல் ❖ ஆசிரியர்: சு. தியடோர் பாஸ்கரன் ❖ © சு. தியடோர் பாஸ்கரன் ❖ முதல் பதிப்பு: டிசம்பர் 2017, திருத்தப்பட்ட ஆறாம் பதிப்பு: ஆகஸ்ட் 2024, ஏழாம் பதிப்பு: மே 2025 ❖ வெளியீடு: காலச்சுவடு பப்ளிகேஷன்ஸ் (பி) லிட்., 669, கே.பி. சாலை, நாகர்கோவில் 629001

intiya naayinankaL: Oru Varalatru Paarvai ❖ A history of Indian Dogs ❖ Author: S. Theodore Baskaran ❖ © S. Theodore Baskaran ❖ Language: Tamil ❖ First Edition: December 2017, Revised Sixth Edition: August 2024, Seventh Edition: May 2025 ❖ Size: Demy 1 x 8 ❖ Paper: 18.6 kg maplitho ❖ Pages: 152

Published by Kalachuvadu Publications Pvt. Ltd., 669, K.P. Road, Nagercoil 629001, India ❖ Phone: 91-4652-278525 ❖ e-mail: publications@kalachuvadu.com ❖ Printed at Clicto Print, Jaleel Towers, 42 KB Dasan Road, Teynampet Chennai 600018

ISBN: 978-93-86820-38-9

05/2025/S.No. 818, kcp 5745, 18.6 (7) uss

நித்திலாவுக்கும் சஞ்சய்க்கும்

பொருளடக்கம்

இந்நூல் பற்றி	11
அறிமுகம்	15
நாய் வளர்ப்பு விலங்கான வரலாறு	17
இந்தியாவில் நாய்களின் வரலாறு	22
இன்றைய நிலை	42
உள்ளூர் நாய்கள் மீதான அலட்சியம்	56
பயன்பாட்டு நாயினங்கள்	73
துணை நாய்கள்	90
வேட்டை நாய்கள்	96
இந்தியாவில் நாய் வளர்ப்புப் பாரம்பரியம்	119
தெருநாய்களைப் பற்றி	125
நாயும் நாமும்	133
குறிப்புகள்	137
நூல் எழுத உதவிய புத்தகங்களும் கட்டுரைகளும்	141
சொல்லடைவு	147
ஒளிப்படம் தந்து உதவியவர்கள்	151

இந்நூல் பற்றி

வெவ்வேறு காலகட்டங்களில் நாங்கள் வளர்த்த இரண்டு இந்திய இன நாய்கள்தாம் எனக்கு இந்தத் தளத்தில் ஆர்வத்தைத் தூண்டின. முதலில் ஒரு ராஜபாளையம், பின்னர் மேகாலயாவின் தலைநகரான ஷில்லாங்கில் நான் பணிபுரிந்தபோது வாங்கிய திபெத்திய ஸ்பானியல் இன நாய். இது எங்கள் செல்லப்பிராணியாகப் பதினான்கு ஆண்டுகள் வாழ்ந்தது. உள்ளூர் நாய்களைப் பற்றி விவரங்கள் சேர்க்க ஆரம்பித்தேன். எனது பணியில் நாடு முழுவதும், கர்நாடகா, குஜராத், வங்காளம் எனப் பல மாநிலங்களில் வாழ்ந்தபோது அங்கு கிடைத்த தகவல்களையும் அந்தப் பிரதேசத்தின் நாய்களைப் பற்றிய விவரங்களையும் திரட்டினேன். தி ஹிந்து, இந்தியன் எக்ஸ்பிரஸ் போன்ற சில நாளிதழ்களில் நம்மூர் நாய்களைப் பற்றிய கட்டுரை களை எழுதியிருந்தாலும் என்றாவது இந்தத் தலைப்பு பற்றி ஒரு புத்தகம் எழுத வேண்டும் என்ற எண்ணம் மனத்தில் இருந்தது. பணி ஓய்வு பெற்றபின் மற்ற எழுத்துப்பணியில் ஈடுபட்டிருந்ததால் இந்த நூலைத் தொடங்கவேயில்லை. 2014இல் இயல் விருது பெறக் கனடா சென்றபோது, அருகில் அமெரிக்காவில் ஆன் ஆர்பர் நகரில் இருந்த நண்பர் தாமஸ் டிரவுட்மனுடன் மூன்று நாட்கள் தங்கியிருந்தேன். ஓர் ஆண்டுக்கு முன்னர் இவர் எழுதியிருந்த இந்தியாவில் யானை யின் வரலாற்றைப் பற்றிய நூல் 'Elephants and Kings: An Environmental History' பெரும் வரவேற்பைப்

பெற்றிருந்தது (இவர் 'திராவிடச் சான்று: எல்லிஸூம் திராவிட மொழிகளும்' நூலாசிரியர்). அப்போது நாயினங்களைப் பற்றிய நூலை நீ எழுதியாக வேண்டும் என்று அவர் அறிவுறுத்தினார். இந்தியாவிற்குத் திரும்பி வந்ததும் இந்த நூலை ஆரம்பித்தேன்; ஐந்து மாதங்களில் எழுதி முடிக்க முடிந்தது.

முன்னுரையையும் சேர்த்து இந்நூல் மூன்று பகுதிகளாக அமைந்துள்ளது. நாய் ஒரு வளர்ப்பு விலங்காக மாறியதை முன்னுரை விவரிக்கின்றது. முதல் பகுதி இந்தியாவில் நாயின் வரலாற்றைக் கூறுகின்றது. இரண்டாம் பகுதி இன்றைய நிலவரத்தை விளக்க முயல்கின்றது. மூன்றாம் பகுதி, இந்தியாவின் ஒவ்வொரு நாயினத்தைப் பற்றியும் குறிப்புகள் அடங்கியது.

இந்நூல் உருவாவதில் எனக்குப் பல நண்பர்களும் என் இல்லத்தாரும் உதவினார்கள். கனடாவில் உள்ள மானிடோபா பல்கலைக்கழகத்தில் பணியாற்றும் கால்நடை மருத்துவர் முனைவர் மாலதி ராகவன், தெருநாய்கள் பற்றி நான் எழுதிய பகுதியைப் படித்து ஆலோசனைகள் தந்தார். நாமக்கல் கால்நடை மருத்துவப் பல்கலைக்கழகப் பேராசிரியரான முனைவர் ந. கந்தசாமி, நான் அழைத்தபோதெல்லாம் பரிவுடன் பதிலளித்தார். புனேயில் வாழும் மெக்னா உனியல், இந்தத் தலைப்பு தொடர்பாகப் பல விஷயங்களை விளக்கினார். எனது வாழ்நாள் நண்பர் ஜோப் தாமஸ் விவரங்கள் சேகரிப்பதிலும் அரிய புத்தகங்களின் பகுதிகளை நகலெடுத்து அனுப்பியும் சில படங்களைக் கொடுத்தும் உதவினார். சிப்பிப்பாறை நாயினத்தைப் பற்றி இளைஞர் சிவா சித்து தொலைபேசியில் நான் அழைத்தபோதெல்லாம் சலிக்காமல் பேசி எனது சந்தேகங்களைப் போக்கினார்.

சென்னையில் நாய்க் கண்காட்சிகளை நடத்தும் குழுவில் நான் சில ஆண்டுகள் உறுப்பினராக இருந்தபோது கென்னல் கிளப் செயலர் சி.வி. சுதர்சனிடமிருந்து நாய்களைப் பற்றி நிறையக் கற்றுக்கொண்டேன். இந்த விஷயத்தைப் பற்றி நிறையப் படித்ததும் நாய்களை வளர்த்துவரும் என் மகள் நித்திலாவிடம் அவை பற்றி அடிக்கடி பேசியதும் பயனுள்ளதாக இருந்தன. இந்நூலில் உள்ள நிழற்படங்களைச் செம்மைப்படுத்திக் கொடுத்ததும் அவர்தான். எனக்குப் பயன்பட்ட சில கட்டுரைகளை ஜானகி லெனின் கொடுத்தார். நண்பர் ரெஹான் உத்தீன் பாபர் சில அரிய, பழைய நூல்களிலிருந்து வேட்டையைப் பற்றியும் நாய்களைப் பற்றியும் சில பகுதிகளை இணையத்தில்

ஏற்றியது எனக்கு உபயோகமாக இருந்தது. வெங்கடராம பசிலா புகைப்படங்கள் கொடுத்ததுடன், ஆந்திராவிலுள்ள இரு அரிய நாயினங்களைப் பற்றிய விவரங்களைப் பகிர்ந்துகொண்டார். திருப்பரங்குன்றத்தில் இருக்கும் பைரவர் புடைப்புச் சிற்பத்தை எழுத்தாளர் முத்துக்கிருஷ்ணன் படமெடுத்துக் கொடுத்தார்.

நாய் வளர்ப்பதில் மிகுந்த ஆர்வம் கொண்ட என் மனைவி திலகா, இந்த நூல் எழுதுகையில் சோர்வடைந்தபோதெல்லாம் எனக்கு உற்சாகமூட்டி எழுதவைத்தார். அவர் அன்பிற்கு நன்றி. இந்நூலை செப்பனிட்டுத் தந்த திவாகர் ரங்கநாதனுக்கு என் நன்றி.

பெங்களூரு
நவம்பர் 2, 2017

சு. தியடோர் பாஸ்கரன்

அறிமுகம்

யானை அனையவர் நண்பொரீஇ நாயனையார்
கேண்மை கெழீஇக் கொளல் வேண்டும் – யானை
அறிந்தறிந்தும் பாகனையே கொல்லும் எறிந்தவேல்
மெய்யதா வால்குழைக்கும் நாய்.

நாலடியார் 213

*1968*ஆம் ஆண்டு அஞ்சல் துறையில் நான் பணிப் பயிற்சியில் இருந்தபோது, திருநெல்வேலி அருகே ஒரு தொடர்வண்டி நிலையத்தில் ரயிலுக்காக இரு நாய்களுடன் ஒருவர் காத்திருந்ததைப் பார்த்தேன். நடைபாதைத் தளத்தில் தரையில் குத்தவைத்து உட்கார்ந்திருந்த அவரருகே, இரு வெள்ளை நாய்கள் முகவாயை நீட்டி முன்னங்கால் மேல் வைத்துப் படுத்திருந்த வண்ணம் போவோர் வருவோரைப் பார்த்துக்கொண்டிருந்தன. அவற்றின் கழுத்தில் கட்டப்பட்டிருந்த கயிறுகளின் முனைகளை ஒரு கையில் பிடித்துக்கொண்டு மறுகையில் பீடியொன்றைப் பிடித்து ஆழமாக இழுத்துக்கொண்டிருந்தார் அவர்.

அந்த நாய்கள் ராஜபாளையம் இனத்தைச் சேர்ந்தவை என்றும் ஆனைமலை அருகேயுள்ள ஒரு மலைத்தோட்டத்திற்குக் காவலுக்காகக் கூட்டிப்போவதாகவும் சொன்னார். நாய்களின் உடலில் காணப்பட்ட சில தழும்புகளைச் சுட்டிக் காட்டி அவை காட்டுப்பன்றி வேட்டையின்போது ஏற்பட்டவை என்றார். “இதப் பாருங்க” என்று சொல்லி இருமுறை சூள் கொட்டி ஒலியெழுப்பினார். உடனே நாய்கள் எழுந்து நின்று அடுத்த கட்டளையை

எதிர்பார்ப்பது போல் விறைப்புடன் நின்றன. பன்றிகளைத் துரத்த இப்படித்தான் ஏவி விடுவோம் என்றார் பீடிக்கார நண்பர். எனக்கு ஒரு நாய்க்குட்டி பார்த்துத் தர முடியுமா என்றேன். சிறிது நேரத்தில் விலை பேசி முடித்து, எனது முகவரியையும் அவரிடம் தந்துவிட்டு அந்த நிகழ்வை நான் ஏறக்குறைய மறந்தே விட்டேன்.

ஐந்து மாதங்கள் கழித்துத் திருச்சியில் எங்கள் வீட்டின் அழைப்பு மணி அடித்தது. எனது ரயில் நிலைய நண்பர்தான் வந்திருந்தார். ஒரு பையை நீட்டினார். அதை வாங்கி உள்ளே இருந்த ஒரு நாய்க்குட்டியை எடுத்தேன். பட்டுப்போன்ற வெள்ளை முடி. சிவந்த மூக்கு. மது எங்கள் வாழ்வில் அடியெடுத்து வைத்தான். கீழே விட்டவுடன் வீடெங்கும் ஓடியாட ஆரம்பித்தான். இந்திய நாயினங்களில் எனது ஆர்வம் அன்று தொடங்கியது.

நாய் வளர்ப்பு விலங்கான வரலாறு

"மாட்டிடம் பால் கறக்க ஆரம்பிக்குமுன், ஆடுகளை மேய்க்கும்முன், பன்றிகளை வளர்க்கும் விவசாயத்தைக் கண்டுபிடிக்கும்முன், எழுதக் கற்றுக் கொள்ளும்முன், நிரந்தர வீடுகளை உருவாக்கும்முன், பூனைகளை வளர்க்கத் தொடங்கும்முன், மனிதர்கள் நாய்களை வளர்க்க ஆரம்பித்திருந்தனர்" என்று ஜேம்ஸ் கார்மன் (James Gorman) *நியூயார்க் டைம்ஸ்* நாளிதழில் ஒரு கட்டுரையில் எழுதினார். நம்முள் உடன் எழும் கேள்வி – எப்போதிருந்து நாயைச் செல்லப் பிராணியாக வளர்க்க ஆரம்பித்தனர் என்பதுதான்.

1950களில்தான் நாய்களைப் பற்றிய முறையான ஆராய்ச்சி தொடங்கியது எனலாம். இன்று வரை நாய் வரலாறு பற்றிப் பல நாடுகளில், பல ஆய்வாளர்கள் ஆய்வு செய்துகொண்டிருக்கின்றார்கள். அதிலும் கடந்த சில ஆண்டுகளில் அறிவியல் பூர்வமாக நாயின் *(Canis lupus familiaris)* தோற்றத்தைத் தேடும் இந்த ஆய்வு தீவிரமடைந்துள்ளது. இதில் பெரும்பாலான ஆய்வுகள் நாயின் நெருங்கிய மூதாதை என்று கருதப் படும் ஓநாயிலிருந்து தொடங்குகின்றன. ஓநாய்க்கும் நாய்க்கும் 99.96 விழுக்காடு மரபணுக்கள் ஒன்றேதான் என்று அறிவியலாளர்கள் சுட்டிக்காட்டுகின்றனர். ஆஸ்திரிய நாட்டில் வியன்னாவில் உள்ள ஓநாய் அறிவியல் மையம் (The Wolf Science Centre) இரண்டு பரந்த அடைப்பிடங்களில் நாய்களையும் ஓநாய்களையும் தனித்தனியாக வைத்து ஆய்வு நடத்தி வருகின்றனர். இயற்கை வரலாற்றிலேயே வெற்றிமிக்க ஒரு விலங்காக நாய் உருவானது எப்படி? மனிதர்களின் நண்பன் என்ற வாழ்வுநிலைக்கு நாய் வந்தது எவ்வாறு? இது போன்ற கேள்விகளுக்கு வியன்னா ஆய்வாளர்கள் விடை தேடிக் கொண்டிருக்கின்றார்கள்.

2015 ஆண்டு மே மாதம் *Current Biology* என்ற சஞ்சிகையில் நாய்களைப் பற்றி ஸ்வீடனில் செய்யப்படும் ஓர் ஆய்வைப் பற்றி ஒரு கட்டுரை வெளிவந்தது. ஒரு நாயின் தாடை எலும்பை ஆய்வு செய்ததன் அடிப்படையில், 27,000 முதல் 40,000 ஆண்டுகளுக்கு முற்பட்ட காலத்தில் மனிதர்கள் நாய்களைப் பழக்கினார்கள் என்ற முடிவிற்கு வந்தார்கள் அந்நாட்டு ஆய்வாளர்கள். அவர்கள் ஆராய்ந்த எலும்பு 35,000 வருடங்களுக்கு முந்தையது. ஸ்வீடிஷ் இயற்கை வரலாற்று அருங்காட்சியகத்தில் (Swedish Museum of Natural History) பணிபுரியும் லவ் டேலன் (Love Dalen), "நாம் நினைப்பதைவிட முற்பட்ட காலத்தில் நாய் பழக்கப் பட்டிருக்கலாம்" என்கின்றார்.

அது சரி, உலகின் எந்தப் பகுதியில் நாய் முதலில் பழக்கப் பட்டது? *Man Meets Dog* என்ற நூலை எழுதிய, நோபல் பரிசு பெற்ற உயிரியலாளர் கான்ராட் லோரன்ஸ் (Konrad Lorenz) இந்த மாற்றம் மத்தியக் கற்காலத்தில் இந்தியச் சமவெளிகளில்தான் நிகழ்ந்தது என்று எழுதினார். தமது முடிவுக்கு ஆதாரமாக அவர் நாய்களின் மூதாதைகளான ஓநாய்கள் இந்தியாவில் வாழ்வதைச் சுட்டிக்காட்டுகின்றார். இந்தியாவில் சில தொல்வரலாற்றுக் குகை ஓவியங்கள் நாய்களுடன் மனிதர்கள் வேட்டைக்குச் செல்லும் காட்சியைச் சித்தரிக்கின்றன என்பதை நாம் இங்கு மனத்தில் கொள்ள வேண்டும்.

விலங்கியலாளர்கள் கூற்றுப்படி மனிதர்கள் வாழும் இடங் களைச் சுற்றி நடமாட ஆரம்பித்த சில ஓநாய்கள் மனிதர்களின் உணவு மிச்சங்களை உண்டு அவர்களுடன் பழக ஆரம்பித்ததுதான் நாய் – மனித உறவின் தொடக்கம். மனிதர்கள் அவற்றைப் பழக்கிப் பின்னர் தங்களுடன் வேட்டைக்குக் கூட்டிச்செல்ல ஆரம்பித்தனர். மனிதர்கள் நாய்களைப் பழக்கிய இடம், காலம் ஆகியவற்றைப் பற்றிய கான்ராட் லோரன்ஸின் நிலைப்பாட்டைச் சில விஞ்ஞானிகள் ஒப்புக்கொள்ள மறுக்கின்றனர். 2014இல் Science என்ற சஞ்சிகையில் பிரசுரிக்கப்பட்ட ஒரு கட்டுரையில் பின்லாந்தில் உள்ள துர்க்கு பல்கலைக்கழகத்தை (University of Turku) சேர்ந்த ஓலஃப் தால்மன் (Olaf Thalman) ஐரோப்பாவில் மனிதர்கள் வேட்டையாடி உணவு தேடும் நிலையில் இருந்தபோது நாய்–மனிதர்கள் பழக்கம் ஏற்பட்டது என்று எழுதினார். இந்த வேட்டையாடிகள் விட்டுச்சென்ற இறைச்சித் துண்டுகள், எலும்புகள் ஆகியவற்றை இரையாகக் கொண்ட நாய்கள், பின்னர் மனிதருடன் நேரடியாகப் பழகின என்று தால்மன் முடிவுசெய்கின்றார்.

கலிஃபோர்னியா பல்கலைக்கழகத்தில் நடந்த ஆய்வு வேறு விதமான முடிவைக் காட்டுகின்றது. இந்த ஆய்வு மத்திய

கிழக்கில்தான் மனிதர்கள் முதன்முதலில் நாயுடன் பழகினர் என்கின்றது. இந்த ஆய்வை நடத்திய குழு –பி.எம் வான் ஹோல்ட் (B.M. Von Holdt), அவரது சக விஞ்ஞானி ஆர்.கே. வெய்ன் (R.K. Wayne) – பல ஓநாய்களின், நாய்களின் மரபுக்கீற்றுகளை (genomes) ஆராய்ந்தார்கள். மத்தியக் கிழக்குப் பிரதேசத்தில்தான் இந்த இரு விலங்குகளின் மரபுக்கீற்றுகள் மிகவும் ஒத்த தன்மை யுடைவையாக இருப்பதை ஆய்வாளர்கள் கவனித்தார்கள். அது மட்டுமல்ல, நாய் சார்ந்த மிகப் பழமையான, 12,000 ஆண்டுகளுக்கு முற்பட்ட தொல்லெச்சங்கள் (fossils) இங்கு கிடைத்திருப்பதை அவர்கள் சுட்டிக்காட்டுகிறார்கள். தங்களது ஆய்வின் முடிவை அவர்கள் 2010ஆம் ஆண்டு மார்ச் மாதம் அறிவியல் சஞ்சிகையான *Nature*இல் வெளியிட்டார்கள். முதலில் இங்கு ஓநாய்கள் பழக்கப்பட்டன, பின்னர் கிழக்கு ஆசியாவில் நாய்களுடன் அவற்றை இனக்கலப்பு செய்தார்கள். மனிதர்களின் உடல்மொழியை நாய்கள் உணர முடிந்ததால் அவை அவர்களுடன் நெருங்கிப் பழகி அவர்களிடம் ஓர் இடத்தைப் பிடித்தன என்று ஆய்வாளர்கள் கூறுகிறார்கள். இந்த ஆய்வாளர்கள் சுட்டிக்காட்டும் இன்னொரு விவரம், மனிதர்கள் நிலையாக ஓர் இடத்தில் தங்கி வாழ ஆரம்பித்ததும் நாய் ஒரு பழக்க விலங்கானதும் ஒரே சமயத்தில் நடந்தன என்பது. அதாவது ஏறக்குறைய 15,000 ஆண்டுகளுக்கு முன்பு.

“சவூதி அரேபியாவில் 2017ஆம் ஆண்டு, சுவாமிஸ் மலைப்பாங்கான பாலைவனத்தில் ஒரு மணற்பாறையில் பாறை ஓவியங்களை தொல்லியலாளர் மரியா குவானின் (Maria Guagnin) கண்டறிந்தார். சில வேட்டையாடிகள் நாய்களுடன் உலவுவதைக் காட்டும் 156 சித்தரிப்புகள். இரண்டு நாய்கள் கழுத்தில் கயிறுகள் இணைக்கப்பட்டுள்ளன. நிமிர்ந்து இருக்கும் சிறு காதுகளும், சுருண்டவாலும், வெள்ளைதோலில் சில கருப்பு புள்ளிகளும் கொண்ட இந்நாய்கள், இஸ்ரவேல் பாலைவனங்களிலுள்ள கானான் இன நாய்கள் போல் தோற்றம்கொண்டவை. இந்த பாறைச்சித்திரங்கள் ஏறக்குறைய 8000 முதல் 9000 ஆண்டுகள் முற்பட்டவை என்று குவானின் கருதுகின்றார். நாய் பழக்கப்படுத்தலைப்பற்றிய பண்டைய தடயம் இது என்பது மட்டுமல்ல. உலகிலேயே நாயின் பழமையான சித்தரிப்பு இது என்கின்றார்.

1978இல் இஸ்ரேல் நாட்டில் ஐன் மல்லாஹா (Ain Mallaha) என்ற இடத்தில் செய்யப்பட்ட ஓர் அகழ்வாராய்ச்சியில் மனிதர்களுக்கும் நாய்க்கும் உள்ள பிணைப்பின் சான்று ஒன்று கிடைத்தது. சுமார் 12,000 ஆண்டுகளுக்கு முற்பட்ட ஒரு கல்லறையில் ஒரு பெண்ணின் சடலமும் ஒரு நாய்க்குட்டியின்

சடலமும் கிடைத்தன. ரஷ்யாவிலும் அதே மாதிரியான ஒரு தொல்லியல் சான்று கிடைத்தது. அந்நாட்டில் ஆர்ட்டிக் பனிப்பகுதியில் 2011ஆம் ஆண்டில் சுமார் 12,500 ஆண்டுப் பழமையான, பனியால் மூடப்பட்டிருந்த இரு நாய்க்குட்டிகளின் சடலங்கள் கண்டறியப்பட்டன. இது டுமட் எனும் கிராமத்திற்கு அருகே கிடைத்ததால் அறிவியலாளர்கள் இவற்றை டுமட் நாய்க் குட்டிகள் என்று குறிப்பிடுகிறார்கள்.

இந்த இடத்தில் எரிந்துபோன சில எலும்புகளும் கிடைத்தன. ஆகவே மனிதர்கள் நிலைத்து ஓர் இடத்தில் தங்கி, விவசாயத்தில் ஈடுபடும் முன்னரே நாய் மனிதர்களுக்குத் தோழனாகிவிட்டதோ என்ற கேள்வியை எழுப்புகின்றார் மாஸ்கோ நகரின் புவியியல் நிறுவனத்தில் பணிபுரியும் பவேல் நிக்கோல்ஸ்கி (Dr. Pavel Nikolsky). உலகின் பல சோதனைக்கூடங்களில் டுமட் நாய்க்குட்டிகள் பற்றி ஆய்வு நடத்தப்படுகின்றது.

அமெரிக்காவில் உள்ள தேசிய அறிவியல் கழகத்தில் (National Academy of Sciences) நாயின் தோற்றம் பற்றி தங்கள் அவதானிப்புகளை ஒரு குழு 2015இல் அக்டோபர் மாதம் 19ஆம் நாள் சமர்ப்பித்தது. கார்னெல் பல்கலைக்கழகத்தைச் சேர்ந்த லாரா எம். ஷானனும் (Laura M. Shannon) ஆடம் ஆர். பாய்க்கோவும் (Adam R. Boyko), இன்னும் சில வேற்று நாட்டு ஆய்வாளர்களுடன் சேர்ந்து நடத்திய ஆய்வு இது. முப்பத்தியாறு நாடுகளில் 5,000 நாய்களின் மரபணுக்களை அவர்கள் அலசி ஆராய்ந்தனர். (இவர்கள் கணக்குப்படி இவ்வுலகில் பத்து கோடி நாய்கள் உள்ளன: அவற்றில் 75% தன்னிச்சையாகத் திரிகின்றன.) இந்தக் குழுவின் ஆய்வுத் தேடல், நாய்கள் மனிதர்களிடம் தஞ்சமடைந்த இடங்கள் மங்கோலியா, நேபாளம் என்ற முடிவிற்கு இட்டுச்சென்றது. மனிதர்கள் தோன்றியது கிழக்கு ஆப்பிரிக்காவில் எனும் உண்மையை மரபியல் ஆய்வின் மூலம் கண்டறிந்ததுபோலவே இந்த ஆய்வும் அமைந்தது. காலத்தைத் துல்லியமாகக் கணிக்க முடியாவிட்டாலும், வான் ஹோல்ட், ஆர்.கே. வெய்ன் போன்ற அறிவியலாளர்கள் இந்த மனித–நாய் உறவு 15,000 ஆண்டுகளுக்குமுன் தோன்றியது என்கின்றனர். கி.மு 3500–3000 காலகட்டத்தில் கழுத்துப்பட்டையுடன் கூடிய நாய்கள் பற்றிய சான்றுகள் கிடைத்துள்ளன. அதற்கும் ஆயிரம் ஆண்டுகள் கழித்து, எகிப்து நாட்டில் கழுத்துப்பட்டை போட்ட நாய்கள் மட்டுமல்ல, பெயர் சூட்டப்பட்ட – தீரன், நம்பகமானவன் போன்ற – நாய்கள் பற்றிய விவரங்களும் கிடைத்துள்ளன. சிந்து சமவெளி நாகரிக இடமான மொஹஞ்சதாரோவில் கழுத்துப்பட்டை அணிந்த ஒரு நாயின் உருவத்தைக் கொண்ட ஒரு சிறிய சுடுமண் சிற்பம் அகழ்ந்தெடுக்கப்பட்டுள்ளது.

இன்று ஆக்ஸ்ஃபோர்டு பல்கலைக்கழகத் தொல்லியல் துறையில் உயிரியலாளர் கிரேகர் லார்சன் (Greger Larson) நடத்திக்கொண்டிருக்கும் ஆய்வுதான் நாயின் தோற்றம் பற்றிய ஆய்வுகளிலேயே சிறப்பானது. இந்தத் தலைப்பில் உலகெங்கும் பல்வேறு இடங்களில் நடக்கும் ஆராய்ச்சியை இவர் ஒருங்கிணைத்துக்கொண்டிருக்கின்றார். தொல்கால

மொஹஞ்சதாரோவில் கிடைத்த சுடுமண் உருவம்

நாய்களின் மரபணு பற்றிய ஒரு பரந்த தரவுத்தொகுதியை இவர் உருவாக்கிவருகின்றார். இந்த ஆய்விற்கு 25 லட்சம் பவுண்டுகளை பிரிட்டனில் இயங்கும் இயற்கை சுற்றுச்சூழல் ஆய்வுக் கழகம் (Natural Environment Research Council) மானியமாக அளித்துள்ளது. அகழ்வாராய்ச்சிகளில் கிடைத்துள்ள நாய் எலும்புகளில் உள்ள மரபணுக்களை நுட்பமாக ஆராய்வது இந்த ஆய்வின் ஒரு முக்கிய நோக்கம். “உலகில் நாய்களைப் பற்றிய மரபியல் ஆய்வுகளைச் செய்துவரும் எல்லா உயிரியலாளர்களும் இந்தச் செயல்திட்டத்தில் பங்கேற்கிறார்கள்” என்கிறார் இந்தத் தேடலில் தீவிரமாக ஈடுபட்டுள்ள ஆர்.கே. வெய்ன்.

இந்தியாவில் நாய்களின் வரலாறு

"இந்தியாவில் விலங்குகள் உருவில் பெரியவை யாக உள்ளன. எல்லா நாய்களையும் விட பெரியது இங்குதான் உள்ளது" என்று பதிவு செய்திருக்கின்றார் ரோமானிய இயற்கையியலாளர் மூத்த ப்ளினி (Pliny the Elder, கி.மு. 23–79). பனிபடர்ந்த முகடுகள், வறண்ட பாலைவனம், புதர்க்காடுகள், மழைக் காடுகள், சமவெளி போன்ற பல்வேறுபட்ட நிலப் பரப்புகளைக் கொண்ட இந்தியத் துணைக்கண்டம் எண்ணற்ற உயிரினங்களுக்கு வாழிடமாக இருக் கின்றது. அது போலவே நம் உள்ளூர் நாயினங்களி லும் பல்வேறு வகைகள் உண்டு என்பது நம்மில் பலர் அறியாதது. இதில் அவலம் என்னவென்றால் சில இனங்கள் உதாசீனத்தால் அற்றுப்போய்விட்டன. பழங்காலத்தில் இந்திய நாய்கள் பிரசித்தி பெற்று விளங்கின என்று அறியும்போது இது வருத்தமான செய்தி. யானைக்கு அடுத்தபடியாக இந்தியாவிலிருந்து வெளிநாட்டுக்குக் கொண்டுசெல்லப்பட்ட பழகு விலங்காக நாய்கள்தாம் இருந்திருக்கின்றன. இவை வேட்டைக்குப் பயன்படுத்துவதற்காக வாங்கப்பட்டன. ரோமானிய சாம்ராஜ்யத்திற்கும் எகிப்திற்கும் இவை ஏற்றுமதி செய்யப்பட்டன என்று வரலாற்றாசிரியர்கள் பதிவுசெய்துள்ளனர். நாய்கள் இந்தியாவிலிருந்து பாபிலோனுக்கும் கூட்டிச்செல்லப்பட்டன என்று ஒரு பயணப் பதிவு கூறுகின்றது. பாரசீக மன்னன் அர்டாசெர்க்சிஸ் (Artaxerxes, கி.மு. 465–425) ஆட்சியில், இந்தியாவி லிருந்து கொண்டு செல்லப்பட்ட வேட்டை நாய்களின்

பராமரிப்புக்காகவும் இனப்பெருக்கத்திற்காகவும் அசிரிய மாநிலத்தில் வரியில்லாமல் நான்கு கிராமங்கள் ஒதுக்கப் பட்டன என்று அறிகின்றோம். இந்த நாய்கள் போரிலும் பயன்படுத்தப்பட்டன.

இந்தியாவின்மீது படையெடுத்து வந்து இங்குள்ள மன்னர்களை வீழ்த்திய மாவீரன் அலெக்ஸாண்டருக்கு காந்தார (இன்றைய குந்துர்பார்) அரசர் சோபிதஸ் (Sopeites) 150 வேட்டை நாய்களைப் பரிசாக அளித்தார். இந்த நாட்களிலிருந்து இன்னொரு கதையும் நமக்குக் கிடைத்திருக்கின்றது. இவற்றின் தீரத்தைச் சோதிக்க, இரண்டு நாய்களை ஒரு சிங்கத்தின் மீது ஏவி விட்டார்கள். அதில் ஒரு நாய் மோசமாகக் காயம் பட்டிருந்தாலும் சிங்கத்தின் மேல் பிடித்திருந்த தன் கடியை விடவில்லை. இந்தக் காட்சியை அலெக்ஸாண்டர் வியப்பு மேலிடப் பார்த்தாராம். இது ஒரு கட்டுக்கதையாக இருக்கலாம். ஆனால் இது அந்தக் காலத்து நாய்களின் தீரத்தைக் காட்டுகின்றது. பழங்கால கிரேக்க எழுத்தாளர் டீசியாஸ் (Ctesias, கி.மு. 415–397) தான் எழுதிய இண்டிகா (Indica) எனும் நூலில் கைனோமோலொகோல் எனும் இந்திய ஆதிவாசி இனத்தினர் தங்களைக் காட்டுவிலங்குகளிலிருந்து பாதுகாத்துக்கொள்ளப் பெரிய, மூர்க்கமான நாய்களை வளர்த்தார்கள் என்கின்றார்.

இந்த வணிகத் தொடர்புகளுக்கு முன்பே இந்திய நாய்கள் கடல் கடந்து வெளிநாடுகளுக்குக் கொண்டுசெல்லப்பட்டன என்று அண்மைக்கால ஆய்வுகள் காட்டுகின்றன. அடிலெய்டு நகரில் உள்ள ஆஸ்திரேலிய தொல்கால மரபணு மையம் (Australian Centre for Ancient DNA) நடத்திய ஓர் ஆய்வு, இந்திய நாய்களுக்கும் ஆஸ்திரேலியாவில் உள்ள டிங்கோ நாய்களுக்கும் தொடர்பு இருப்பதைக் காட்டுகின்றது. பார்வைக்கு நம்மூர் நாயைப்போலவே இருக்கும் டிங்கோ நாய் அங்கு காட்டுவிலங்காக வாழ்கின்றது. இந்தியத் துணைக்கண்டத்திலிருந்து மனிதர்கள் 4,300 ஆண்டுகளுக்குமுன் ஆஸ்திரேலியாவிற்குப் புலம்பெயர்ந்தபோது ஒருவேளை அவர்களுடன் நம்மூர் நாய்களும் சென்றிருக்கலாம் என்று இந்த ஆய்வு மையத்தின் இயக்குனர் ஆலன் கூப்பர் (Alan Cooper) கூறுகின்றார். எண்ணிக்கையில் குறைவாக இருந்திருந்தாலும், இந்தியாவிலிருந்து இத்தகைய குடியேற்றம் நடந்ததற்குச் சான்றுகள் இருக்கின்றன என்கின்றார் அவர்.

அண்மையில் (2017) பாப்புவா நியூகினி தீவு ஒன்றில் ஒரு காட்டில் பொருத்தப்பட்டிருந்த தானியங்கி காமிராக்கள் அங்கே நாய்கள் தன்னிச்சையாகக் காட்டில் வாழ்வதைப் பதிவு செய்திருக்கின்றன. இந்த நாய்கள் நம்மூர் பட்டி நாய்கள்போலவே

தோற்றம் கொண்டவை. இந்தியத் துணைக்கண்டத்திலிருந்து ஆஸ்திரேலியாவின் திசையில் பயணம் மேற்கொண்டபோது கூடவே சென்ற நாய்களில் சில இங்கே பின்தங்கிவிட்டன என்று யூகிக்கின்றார்கள். இந்த நாய்களை நான் யூடியூப் (YouTube) வலைத்தளத்தில் பார்த்தேன்.

* * *

பைரவர், திருப்பரங்குன்றம்

பழங்காலத்தில் இந்திய நாயினங்கள் வெளிநாட்டில் விரும்பி வாங்கப்பட்டாலும் உள்ளூரில் அதற்கு மதிப்பில்லாமல் இருந்ததைக் காண்கின்றோம். அரிதாக வேட்டையில் நாட்டம் கொண்ட

சில அரசர்களையும் செல்வந்தர்களையும் தவிர மற்றவர்கள் நாய்களை அலட்சியப்படுத்தினார்கள். அன்றாட வாழ்விலும் இலக்கியத்திலும் 'நாய்' என்ற சொல் வசவு வார்த்தையானது. **தேவாரம்** எழுதிய திருஞானசம்பந்தர், இறைவன் முன்னிலையில் தன்னைத் தாழ்த்திக்கொள்ள "நாயினும் கடையேன்" என்று பல முறை எழுதுகின்றார். பைரவர் எப்போதும் ஒரு நாயுடன் காட்சியளித்தாலும், புராணத் தொன்மங்களில் நாய் அரிதாகவே தோன்றுகின்றது. யானை, குதிரை, மாடு, ஒட்டகம் ஆகியவற்றுக்கு இருப்பதுபோல எந்த மதச் சடங்குகளிலும் நாய்க்கு இடம் கிடையாது.மேட்டுக்குடியினர் நாயை ஒதுக்கினர். **'இன்னா நாற்பது'** நூலில் ஒரு பாடலில் "பார்ப்பார் இல் கோழியும் நாயும் புகல் இன்னா" என்று கபிலர் எழுதுகின்றார். ஆடுமாடு மேய்ப்பவர்கள், வேட்டைக்காரர்கள், பண்ணையாட்கள், கண்ணி வைத்துப் பறவைகள் பிடிப்போர், இவர்கள்தாம் நாய்களை வளர்த்தனர். மற்ற வளர்ப்பு விலங்குகளுடன் ஒப்பிடும்போது நாய் பற்றிய குறிப்புகள் பழந்தமிழ் இலக்கியத்தில் அரிதாகவே காணப்படுகின்றது. எடுத்துக்காட்டாக **திருக்குறளில்** நாய் பற்றிய குறிப்பேதுமே இல்லை. (சங்க இலக்கியத்தில் ஞாளி, ஞமலி, எகினம், முடுவல் என்ற சொற்கள் நாயைக் குறிக்க பயன்படுத்தப்பட்டிருப்பதைக் காண்கின்றோம்).

வரலாற்றுக் குறிப்புகளைப் பார்க்கும்போது நம் நாட்டில் நாய்களை வளர்த்தவர்களும் அதைச் செல்லப்பிராணியாக வளர்க்கவில்லை என்பது தெளிவாகின்றது. மாடு, குதிரை போன்று நாய் ஒரு பயன்பாட்டு விலங்காகவே இருந்தது தெரிகின்றது. அண்மையில்தான் அது செல்லப்பிராணியாக, குடும்பத்தின் அங்கமாக, வீட்டிற்குள் இடம்பெற்றது. யானை, மாடு போன்ற விலங்குகளுடன் ஒப்பிடும்போது, இலக்கியத்திலோ நமது சிற்பப் பாரம்பரியத்திலோ நாய் அரிதாகக் காட்சியளிப்பது நம் வாழ்வில் அதற்கு அளிக்கப்பட்ட கீழான இடத்தையே காட்டுகின்றது. கி.பி. 3–5ஆம் நூற்றாண்டு காலத் தமிழ் இலக்கியத்தில் சில குறிப்புகளைக் காண்கிறோம் அவைகளும் வேட்டை சார்ந்தவைதான். புலவர் செம்புலப்பெயனீரார் எழுதிய **குறுந்தொகைப்** பாடல் ஒன்றில் கூர்மையான நகங்களையும் மூங்கில் குருத்து போன்று பளபளக்கும் பற்களையும் கொண்ட வேட்டை நாய் பற்றி எழுதுகின்றார். அதே தொகுப்பில் ஒரு பாடலில் தான் துரத்தும் விலங்கை விடாப்பிடியாகப் பிடித்து விடும் நாயைப் பற்றிய ஒரு குறிப்பும் உள்ளது.

இந்தியாவில் நாய் பற்றிய பழமையான சித்தரிப்பு 30,000 ஆண்டுகளுக்கு முற்பட்ட பாறை ஓவியங்களில் காணக் கிடைக்கின்றது. மத்தியப் பிரதேசத்தில் உள்ள சிங்கன்பூர்

பாறை ஓவியங்களில் இரைவிலங்கைத் துரத்திச் செல்லும் வேட்டைநாயைச் சித்தரிக்கும் ஓவியங்கள் உள்ளன. குத்திட்டும் நிற்கும் வால், பாயும் பாணி, இவற்றின் மூலம் அந்த ஓவியர் நாயின் வேகத்தையும் தீர்க்கத்தையும் காட்டுகின்றார். தமிழ்நாட்டில், உசிலம்பட்டியிலிருந்து 6 கிலோமீட்டர் தொலைவில் புதுமலை என்று ஓர் இடம் உள்ளது. இங்கு தொல்லியலாளர் காந்திராஜன் தலைமையில் ஒரு குழு பல பாறை ஓவியங்களைக் கண்டறிந்தது. ஒரு மனிதன், நாய்களுடன் வேட்டைக்குப் போகும் காட்சி இங்கு வரையப்பட்டுள்ளது. வேறு சில கற்கால இடங்களிலும் மனிதர்கள் குழுவாக, நாய்களுடன் வேட்டைக்குச் செல்லும் காட்சி பாறைகளில் தீட்டப்பட்டுள்ளது. இந்தச் சித்தரிப்புகளால் கற்காலத்திலேயே நாய் ஒரு வளர்ப்பு விலங்காக ஆகிவிட்டது என்பது தெளிவாகின்றது. நாய்கள் சிறிய கோடுகளால் மட்டுமே இந்தப் பாறை ஓவியங்களில் சித்தரிக்கப்பட்டிருப்பதால் அவற்றின் உடலமைப்பு பற்றி எதுவும் நாம் கூற இயலாது.

அஜந்தா ஓவியம், குகை 17

கி.மு. 2ஆம் நூற்றாண்டைச் சேர்ந்த அஜந்தா சுவரோவியங்களிலும் நாய்களின் பழமையான சித்தரிப்பைப் பார்க்கலாம். வகோரா நதிக்கரையில் உள்ள குகைகளைக் குடைந்து வரிசையான கோவில்களாக்கினர் வாகடக (கி.பி. 280–465) வம்ச மன்னர்கள். இந்த குடவரை புத்த விகாரங்களில் கண்கவர் வண்ணச் சுவரோவியங்களை அந்தக் கால ஓவியர்கள் தீட்டினர். புத்த சமயத்தைச் சார்ந்த ஜாதகக் கதைகளிலிருந்து காட்சிகள் இங்கு ஓவியங்களாகக் காட்டப்பட்டன. இதில் மூன்று ஓவியங்களில் வேட்டை நாய்கள் தோன்றுகின்றன. ஒன்றாம் எண் குகையில் மன்னர் ஜனகரின் கதை சுவரோவியமாகத் தீட்டப்பட்டுள்ளது. நாய் மிச்சம் வைத்த உணவை அந்த அரசர் சாப்பிட்டுவிட்டார் என்பதை அறிந்து அருவருத்து ராணி அவரை விட்டு விலகிப்போய்விடுகின்றாள்.

17ஆம் எண் குகையில் உள்ள "மன்னரின் வரவு" என்று அறியப்படும் ஒரு சுவரோவியத்தில் மிருகஜாதகக் கதையில் உள்ள நாய்கள் சித்தரிக்கப்பட்டுள்ளன. ஓர் அரசிக்குத் தங்க மான் வேண்டும் என்று ஆசை. மன்னன் தம் மனைவியின் ஆசையை நிறைவேற்ற வேட்டைக்கு சென்று, அந்த மானைப் பிடித்து, தமது சகாக்கள், வேட்டை நாய்கள் புடைசூழ ரதத்தில் திரும்பி வருகின்றார். இந்த ஓவியத்தில், கழுத்துப்பட்டை போட்டுக் கயிற்றால் கட்டப்பட்ட நான்கு நாய்கள் ரதத்தைத் தொடர்ந்து வருகின்றன.

சுடசோமா ஜாதகத்திலிருந்து இன்னொரு கதை இங்கு ஓர் ஓவியத்தில் சித்தரிக்கப்பட்டுள்ளது. இது வாரணாசியின் அரசன் சுதசா தனது நாய்களுடன் வேட்டைக்குப் போவதைப் பற்றியது. எல்லா உயிரினங்களையும் போற்றும் புத்தமத சிந்தாந்தத்திற்கேற்ப அஜந்தா ஓவியர்கள் விலங்குகளைச் சித்திரமாகத் தீட்டுவதில் மிகுந்த கவனம் செலுத்தினார்கள் என்பது தெளிவு. நாய்களின் உடற்கூறுகள் துல்லியமாகக் காட்டப்பட்டுள்ளன. கபில நிறம், சன்னமான ரோமப் போர்வை, சிறிய காது, உருண்ட முகம், குட்டையான வால் ஆகிய அம்சங்களைக் கொண்டுள்ளன. இன்று நாம் காணும் முதோல் போன்ற இந்திய நாயினங்களைவிட மிகவும் வேறுபட்ட உடலமைப்பு.

பொதுப்புத்தியில் இஸ்லாமியர் நாய்களுடன் பழகுவதில்லை, வளர்ப்பதில்லை என்ற ஒரு பார்வை உண்டு. ஆனால் 16ஆம் நூற்றாண்டு மொகலாயச் சிற்றோவியங்களில் காட்டப்பட்டுள்ள மன்னர்களின் அன்றாட வாழ்வில் நாய்கள் இருக்கின்றன. குதிரைகள், யானைகள் போன்ற விலங்குகள் பல ஓவியங்களில் சித்தரிக்கப்பட்டிருந்தாலும் அரசர்களின் வேட்டையைப் பற்றிய

ஓவியங்களில் நாய்களை நாம் காண முடிகின்றது. அக்பர், ஜஹாங்கீர் அரசவையில் கி.பி. 1580-1620க்கு இடைப்பட்ட ஆண்டுகளில் பணியாற்றிய மனோகர் தாஸ் என்ற ஓவியர் தமது படைப்புகளில் நாய்களைக் காட்டுவதை வழக்கமாகக் கொண்டிருந்தார். இவர் **பாபர்நாமா** நூலுக்குத் தீட்டிய சித்திரம் ஒன்றில் படைத்தளபதி குஸ்ரா ஷா மன்னர் பாபருக்கு மரியாதை செலுத்தும் காட்சியைக் காட்டும் ஓவியத்தில் ஆஃப்கானிஸ்தானை சேர்ந்த டாசி (Tazi) நாய் ஒன்றை வரைந்திருக்கின்றார். இத்தளபதி வரலாற்றுப் புகழ்பெற்ற கன்வா போரில் பாபரின் படையில் ஒரு பகுதியை வழிநடத்தியவர். மன்னர் ஜஹாங்கீரின் காலத்தைச் சேர்ந்த இன்னொரு சிற்றோவியத்தில் இரண்டு கிரேஹவுண்ட்

மொகலாய சிற்றோவியம்

(greyhound) இன வேட்டை நாய்கள் உள்ளன. அதேபோல இன்னொரு ஓவியத்தில் பிச்சைக்காரன் ஒருவன் ஒரு நாயுடன் இருப்பதுபோன்ற காட்சி உண்டு.

இந்தியாவின் தெற்கே, ஆற்காட்டு நவாப் ஒன்றாம் சதாத்துல்லா கான் பிரிட்டனிலிருந்து நாய்களை வருவித்தார். 1710 ஆம் ஆண்டு கிழக்கிந்திய கம்பெனி அதிகாரிகளுக்கு ஆறு யானைகளைப் பரிசாக அளித்துவிட்டு நான்கு நாய்களை வரவழைத்துத் தருமாறு கேட்டுக்கொண்டார். அந்த அதிகாரிகளும் மேலிடத்திற்கு "மூன்று, நான்கு ஐரிஷ் நாய்களையும் ஆறு ஜோடி அன்னப்பட்சிகளையும் நவாபிற்குப் பரிசாக அளிக்க அனுப்புங்கள்" என்று எழுதினார்கள். அவை அனுப்பப்பட்டனவா இல்லையா என்பதை என்னால் உறுதிப்படுத்த முடியவில்லை. ராஜஸ்தானியச் சிற்றோவியங்கள் சிலவற்றிலும் நாய்கள் சித்தரிக்கப்பட்டுள்ளன. 1707ஆம் ஆண்டில், உதய்பூரில் மகாராணா இரண்டாவது அமர்சிங்கின் தோட்டத்தில் அவர் இரண்டு வேட்டை நாய்களுடன் இருப்பதுபோல ஓர் ஓவியம். நாய்களின் கழுத்துப்பட்டைகளில் அணிகலன் இருப்பது அவை அரசருடைய விலங்குகள் என்பதைக் காட்டுகிறது.

எழுத்தாளர் அமிதாவ் கோஷ் தமது Flood of Fire என்ற நாவலின் தொடக்கத்தில் வடமேற்கு இந்தியாவில் பிரித்தானியக் காலாட்படையின் ஒரு பயணத்தை வர்ணிக்கின்றார். 1841இல் வரையப்பட்ட ஓர் ஓவியத்தைப் பார்த்து இந்த நிகழ்வைப் பற்றி எழுதியதாக அவர் என்னிடம் கூறினார். அந்தப் படத்தையும் காட்டினார். 'கம்பெனி ஓவியங்கள்' என்று அறியப்படும் சித்திரங்களின் ஒன்றான இதில் நாய்கள் இருக்கின்றன. தளபதி சார்லஸ் நேப்பியர் தலைமையில் வங்காளப் படை சிந்துப் பகுதியில் சென்றுகொண்டிருப்பதைக் காட்டும் ஓவியம் இது. சிப்பாய்களுடன் நாய்களும் சென்றுகொண்டிருப்பதான காட்சி. சில நாய்கள் கயிற்றால் கட்டப்பட்டு அழைத்துச் செல்லப்படுகின்றன. சில தன்னிச்சையாக ஓடிக்கொண்டிருக்கின்றன. பஞ்சாராக்கள் எனக் குறிப்பிடப்படும் லம்பாடிகள் கூட்டமாக இப்படையுடன் நடந்துபோய்க்கொண்டிருக்கின்றார்கள். கம்பெனிப் படைக்கு உணவுப்பொருட்களை பஞ்சாராக்கள் கொண்டுசென்றபோது, அவர்களது சரக்குகளைப் பாதுகாக்க நாய்களையும் கூடவே கூட்டிச்சென்றனர். அவர்கள் வளர்த்த இந்த நாயினம் பஞ்சாரா என்று அறிப்பட்டது. 1908இல் வெளிவந்த The Kennel Encyclopedia என்ற கலைக்களஞ்சியத்தில் இந்த நாயினத்தைப் பற்றிய குறிப்பு ஒன்று இடம் பெற்றிருக்கின்றது. இதில் உள்ள விவரிப்பு நேப்பியர் படைகளுடன் இருக்கும் நாய்களை வர்ணிப்பதுபோல் உள்ளது.

இந்தியாவின் கவர்னர் ஜெனரலாக இருந்த ஜார்ஜ் ஈடனின் சகோதரி எமிலி ஈடன் 1844இல் தீட்டிய ஓர் ஓவியம் – இதுவும் கம்பெனி ஓவியம்தான் – அவுத் நவாபின் இரு வீரர்கள் இரண்டு நாய்களுடன் இருப்பதைக் காட்டுகின்றது. இவை ராம்பூர் நாய்கள் என்பது என் அனுமானம். பத்தொன்பதாம் நூற்றாண்டின் மத்தியில் ஒளிப்படமெடுக்கும் தொழில்நுட்பம் தோன்றியவுடன், நாயைக் காட்டும் சில படங்கள் நமக்குக் கிடைக்கின்றன. இதில் நம் கவனத்தை ஈர்ப்பது என்னவென்றால் இந்த படங்களில் உள்ள நாய்கள், இன்றைய அதே இன நாய்களைவிட வேறு மாதிரித் தோற்றமளிப்பதுதான். எடுத்துகாட்டாக, சென்ற நூற்றாண்டின் தொடக்கத்தில் எடுத்த படம் ஒன்றில் உள்ள ராம்பூர் இன நாய் இன்றைய ராம்பூர் நாயைவிடச் சற்று வித்தியாசமாகக் காணப் படுகின்றது. சில குறுநில மன்னர்கள், ஜமீன்தார்கள், பிரித்தானிய ராணுவ அதிகாரிகள் ராம்பூர் நாய்களை வேட்டைக்குப் பயன்படுத்தியதைச் சில ஒளிப்படங்களில் இருக்கும் தலைப்புகள் மூலம் நாம் அறிகின்றோம். ஆனால் அந்த நாய்கள் இன்றைய ராம்பூர் நாய்கள் போல் இல்லை. இனக்கலப்பினால் இந்த மாறுபாடு தோன்றியது என அறிகின்றோம். காலப்போக்கில்

அவுத் நவாபின் சிப்பாய்கள்

சு. தியடோர் பாஸ்கரன்

இத்தகைய தோற்ற வேறுபாடு ஐரோப்பிய நாயினங்களிலும் ஏற்பட்டது என பதிவு செய்யப்பட்டிருக்கின்றது. புல் டெரியர், அல்சேஷன் போன்ற நாய்கள் நூறாண்டுகளுக்கு முன்பு கொண்டிருந்த தோற்றத்திற்கும் இன்றைய தோற்றத்திற்கும் வேறுபாடு உண்டு.

மஹாராஷ்டிராவில் திலாரி என்று அறியப்பட்ட நாடோடி மக்கள் அதே பெயர் கொண்ட நாயினம் ஒன்றையும் வளர்த்ததாக சிங்க்லேர் (W.F. Sinclair. ICS) என்ற ஒரு பிரித்தானிய அதிகாரி 1892ஆம் ஆண்டில் எழுதிய குறிப்பு ஒன்றில் பதிவுசெய்திருக்கின்றார். அந்த நாயின் தோற்றத்தை விவரிக்கும் அவர் "உயரமாக, சற்றே மயிரடர்ந்த ரோமப் போர்வையுடன், ஐரோப்பிய வேட்டைநாயும் (greyhound) அமெரிக்க வேட்டைநாயும் (Newfoundland) சேர்ந்த கலப்பினம் போல் தோற்றம்" என்கின்றார். சில இந்திய நாயினங்களை வேட்டையில் ஈடுபடுத்திய பிரித்தானிய அதிகாரிகள் சிலர் அவற்றுடன் தங்களது அனுபவங்கள் பற்றிக் குறிப்புகள் விட்டுச்சென்றிருக்கின்றார்கள். வேட்டையில் கில்லாடியான பர்ட்டன் (R.W. Burton) என்ற அதிகாரி ராஜபாளையம் நாய்களை வளர்த்தார். "இந்த நாய்கள் துரத்திப்பிடிப்பதில் கெட்டி. அதிவேகமாக ஓடாவிட்டாலும் பலமான கால்கள் கொண்டவை. வெப்பத்திலும் நன்கு தாக்குப்பிடிப்பவை. தென்னிந்தியாவில் உள்ள பாளையக்காரர் பகுதியில் கிடைக்கும் இவை, உறுதியான உடல் கொண்டவை" என்று அவர் எழுதினார். அவருடன் சில பஞ்சாரா நாய்களும் இருந்தன. அவற்றைப் பற்றி எழுதிய அவர், "பஞ்சாரா நாய்கள் அருமையானவை. ஆனால் கலப்பில்லாமல் நல்ல ஜாதி நாய் கிடைப்பது அரிது. இவற்றை வைத்திருக்கும் ஜிப்சிகள் போன்ற பஞ்சாரா நாடோடிகள் இவற்றை லேசில் விற்கமாட்டார்கள். இந்த நாய்களின் சிறப்பு என்னவென்றால், மோப்பத்தாலும் பார்வையாலும் வேட்டையில் ஈடுபடும். அச்சமின்றி, வேகமாகப் பாய்ந்து ஓடுவதால் இது எல்லா விதமான வேட்டைக்கும் உகந்தது" என்கின்றார்.

* * *

பழங்காலத்தில் போரிலோ வேறு சந்தர்ப்பத்திலோ வீரமரணம் அடைந்தவர்களின் நினைவைப் போற்றிப் பலகைபோன்ற பாறைப்பகுதியை எடுப்பிப்பது வழமை. அவற்றில் புடைப்புச் சிற்பத்துடன் கல்வெட்டும் இருக்கும். தென்னிந்தியாவில் பல இடங்களில் கண்டறியப்பட்டுள்ள இம்மாதிரியான நடுகற்களில் பொறிக்கப்பட்டுள்ள கல்வெட்டுகளில் காணப்படும் குறிப்புகள் நாய்களுக்கும் மனிதர்களுக்கும் இருந்த நெருக்கமான இணைப்பைக் காட்டுகின்றன.

எடுத்தானூர் நடுகல்

இதில் நமது கவனத்துக்கு வர வேண்டியது சில நடுகற்கள் காட்டுவிலங்குடன் பொருதிய, அல்லது திருடர்களைத் தாக்கிய நாய்களைப் போற்றி நடப்பட்டன என்பதுதான். இதேபோல் குதிரைகளுக்காகவும் மற்ற சிறு செல்லப்பிராணிகளுக்காகவும் நடுகற்கள் நடப்பட்டன.

இம்மாதிரியான தொல்காலத்து நடுகல் ஒன்று திருவண்ணாமலை மாவட்டத்தில் உள்ள எடுத்தானூர் எனும் குக்கிராமத்தில் உள்ள ஊமைவேடியப்பன் கோவிலில் இருக்கின்றது. கருக்கத்தி தேவர் என்பவர், கோவிவன் என்ற பெயருடைய அவருடைய நாய், இவர்கள் இருவருக்காகவும் எடுப்பிக்கப்பட்டது. இந்த நடுகல் நடப்பட்ட இடத்திலேயே இன்றும் இருக்கின்றது. இவர்கள் கால்நடை திருட வந்தவர்களை எதிர்த்தபோது உயிரிழந்தனர். இந்தக் கல்லில் உள்ள புடைப்புச் சிற்பம் அந்த வீரனை, ஒரு கையில் பிச்சுவாவுடனும் மறுகையில்

வில்லுடனும் பக்கவாட்டுத் தோற்றத்தில் சித்தரிக்கின்றது. அவன் பின்னால் பற்களைக் காட்டிக்கொண்டு நாய் உட்கார்ந்திருக்கின்றது. தடிமனான இந்த நாய், சிறிய, குத்தி நிற்கும் காதுகள், பெரிய உருண்டையான தலை ஆகியவற்றைக் கொண்டது. இந்த இருவரின் கதையைச் சொல்லும் இந்த நடுகல்லில் உள்ள கல்வெட்டு, அது பல்லவ மன்னன் மகேந்திரவர்மனின் (கி.பி. 580–630) ஆட்சியின் 34ஆம் ஆண்டு பொறிக்கப்பட்டது என்ற விவரத்தைத் தருகின்றது. ஒரு பெயரைத் தாங்கிய நாயைப் பற்றிய இந்தக் குறிப்பு வரலாற்று சிறப்பு மிக்கது. அது மட்டுமல்ல, அரசர்கள் தங்களைப் பற்றியே ஆலயங்களில் பொறித்து வைத்துள்ள சாசனங்களையே ஆதாரமாகக் கொண்டு தென்னிந்திய வரலாறு எழுதப்பட்டிருக்கும் நிலையில், சாமானிய மனிதர் ஒருவரைப் பற்றிய கல்வெட்டு இது. வேறு சில இடங்களிலும் நாய்களுக்கு நடுகற்கள் எடுப்பித்தது கண்டறியப்பட்டுள்ளது. இதே பகுதியில் தச்சன்புதூர் கிராமத்தில் 16ஆம் நூற்றாண்டைச் சேர்ந்த நடுகல் ஒன்று உள்ளது.

ஆந்திராவில் அனந்தப்பூர் மாவட்டத்தில் உள்ள பாலரம் கிராமத்தில், கி.பி. 9ஆம் நூற்றாண்டில் ஆண்ட கொல்லாரஹட்டை எனும் நொளம்ப வம்ச மன்னன் காட்டுப்பன்றி ஒன்றைத் தாக்கும்போது இறந்துபட்ட தனது வேட்டை நாய்க்கு ஒரு நடுகல் எடுப்பித்துள்ளான். கடப்பா மாவட்டத்தில் உள்ள லிங்கலா கிராமத்தில் இருக்கும் ஒரு நடுகல் போராகுக்கா எனும் நாயைப் போற்றுகின்றது. இந்த நாயை வளர்த்த போர்வீரர் விக்ரமாதித்யன் தாக்கப்பட்டபோது அவரைக் காப்பாற்றப் போய் உயிரிழந்தது இந்த விசுவாசி.

நாயைச் சித்தரிக்கும் இன்னொரு சிறப்பான புடைப்புச் சிற்பமொன்று பெங்களூரு அருங்காட்சியகத்தில் உள்ளது. இரண்டு மீட்டர் உயரமும் ஒன்றரை மீட்டர் அகலமும் கொண்ட இந்த நடுகல்லில் ஒரு முக்கியமான சாசனம் பொறிக்கப்பட்டுள்ளது. பிரித்தானியத் தொல்லியலாளர் பி. லூயி ரைஸ் (B. Lewis Rice) 1889இல் மைசூர் பகுதியில் மாண்டியா அருகே உள்ள ஒரு சிவன் கோவிலில் இந்த நடுகல்லைப் பார்த்து வியப்புற்றார். அந்தக் கல்வெட்டின் சிறப்பை உணர்ந்த இவர், அதைப் பெயர்த்து எடுத்து வந்து இந்த அருங்காட்சியகத்தில் நுழைந்ததும் காணும்படியான இடத்தில் வைத்தார். இந்தச் சாசனம் ராஷ்டிரகூட மன்னன் மூன்றாம் கிருஷ்ணாவின் காலத்தைச் சேர்ந்தது (தமிழ்நாட்டுக் கல்வெட்டுகளில் இவர் கன்னரதேவன் என்று குறிப்பிடப்படுகின்றார்). இந்தக் கன்னடக் கல்வெட்டு ராஷ்டிரகூடர்களுக்கும் சோழர்களுக்கும் தக்கோலத்தில்

(அரக்கோணம் அருகே) நடந்த போரைப் பற்றிய விவரங்களைத் தருகின்றது. அந்தப் போரில் மன்னரின் படைத்தளபதி மனலெரா தீரமாகப் போரிட்டதை மெச்சி, மன்னர் அவருக்குக் காளி என்று பெயர் கொண்ட வேட்டைநாயைப் பரிசாக அளித்தார். பின்னர், பெலத்தூர் என்ற இடத்தில் உள்ள காட்டில் மனலெரா வேட்டையாடச் சென்றிருந்தபோது, காட்டுப்பன்றி ஒன்றை எதிர்கொண்ட காளி, பன்றியைக் கொன்றாலும் அதுவும் உயிரிழந்தது. மனமுடைந்த மனரெலா நாயின் உடலை ஆதகூர் கிராமத்தில் உள்ள செல்லலிங்கேஸ்வரா ஆலயத்தின் முன் அடக்கம் செய்து ஒரு நடுகல்லையும் எடுப்பித்தார். அது மட்டுமல்லாமல் கோரவா என்ற அர்ச்சகரை நியமித்து அன்றாடம் பூஜை நடத்த ஒரு புஞ்சை நிலத்தையும் எழுதிவைத்தார். தினமும் வழிபாடு செய்யாமல் உணவு உட்கொள்ள மாட்டேன் என்று அந்த அர்ச்சகரிடம் உறுதிமொழி வாங்கினார். இந்த நடுகல்லில் மேற்புறத்தில் வேட்டை நாய் காளி காட்டுப்பன்றியின் தலையைக் கடித்துக்கொண்டிருப்பது புடைப்புச் சிற்பமாகக் காட்டப்பட்டுள்ளது. அதற்குக் கீழே கல்வெட்டு பொறிக்கப்பட்டிருக்கின்றது. கல்லின் மேற்பகுதி பளபளப்பாக ஆக்கப்பட்டு அதன்மேல் 19 வரிகள் பொறிக்கப் பட்டுள்ளன. நான் பார்த்த நடுகற்களிலேயே உருவில் பெரியது இந்த ஆதகூர் நடுகல்தான்.

ஆதகூர் நடுகல்

கங்காதரர், திருச்சி மலைக்கோட்டை

யானை, குதிரை போன்ற பயன்பாட்டு விலங்குகள்போல் அல்லாமல், நாய்கள் அரிதாகவே சிற்ப வடிவில் ஆலயங்களில் காட்டப்படுகின்றன. பைரவரின் நாயை நாம் அறிவோம். நாயின் மிகப் பழமையான ஒரு சிற்பச் சித்தரிப்பைச் சில பல்லவர் காலத்து (7ஆம், 8ஆம் நூற்றாண்டுகள்) கங்காதரர் சிற்பங்களில் காணலாம். ராமாயாணத்தில் ஒரு கிளைக் கதை: அரசன் பகீரதன் வறட்சியால் வாடும் புவியைக் காக்க கங்கையை இங்கு வர வேண்டிக் கடுந்தவம் மேற்கொண்டதைக் கூறுகின்றது. அவரது வேண்டுகோளை ஏற்று, கங்கை பிரவாகமாய் பூமி நோக்கிப் பாய்ந்தாள். அந்த வேகம் உலகை அழித்துவிடும்போல் இருக்க, சிவன் குறுக்கிட்டு, கீழே வரும் நதியைத் தமது சடாமுடியில் தாங்கி நிறுத்தினார். கங்காதரர் கதை எனக் குறிப்பிடப்படும் இச்சித்தரிப்பு பல பல்லவ சிவ ஆலயங்களில் புடைப்புச் சிற்பங்களாக இடம்பெற்றிருக்கிறது. இந்தச் சிவனுக்கு கங்காதரர்

என்று பெயர். இதில் நாம் கவனிக்க வேண்டியது என்னவென்றால் ஒவ்வொரு கங்காதரர் சிற்பத்திலும் ஏதாவது ஒரு பகுதியில் அமர்ந்திருக்கும் நிலையில் ஒரு நாய் சித்தரிக்கப்பட்டிருக்கும் என்பதுதான். திருச்சி மலைக்கோட்டை உச்சிக்குப் போகும் வழியில், ஒரு பல்லவர் காலத்துக் குடவரைக் கோவில் உள்ளது. இங்குள்ள ஒரு பெரிய கங்காதரர் புடைப்புச் சிற்பத்தின் மேற்பகுதியில் ஒரு நாய் காணப்படுகின்றது. மைக்கேல் லாக்வுட் (Michael Lockwood) போன்ற கலை வரலாற்றாசிரியர்கள் இந்த நாயைப் பற்றிப் புராணங்களில் எந்தக் குறிப்பும் இல்லை என்கின்றார்கள். இந்த மர்மம் தொடர்கின்றது.

நாயன்மார்களில் ஒருவரான வேடன் கண்ணப்பன் கதை நான்கு புடைப்புச் சிற்பங்களாக தஞ்சாவூர் பெரிய கோவிலில் காட்சிப்படுத்தப்பட்டுள்ளது. கண்ணப்பன் லிங்கத்தருகே நிற்கின்றார். கையில் அவர் பிடித்திருக்கும் உடும்பு அப்போதுதான் வேட்டையிலிருந்து திரும்பி வந்திருப்பதைக் காட்டுகின்றது. வேட்டை என்றாலே நாய்கள் வந்துவிடுமே. கழுத்துப்பட்டை அணிந்த வேட்டை நாய்கள் நான்கு வரிசைகளாகக் கீழே இருக்கின்றன. இன்னொரு சிற்பம் கண்ணப்பன் மண்டியிட்டுக் கண்ணைத் தோண்டத் தயாராகும் தருணத்தைச் சித்தரிக்கின்றது. இந்தச் சிற்பத்திற்குக் கீழும் நான்கு நாய்கள் உள்ளன. இந்தக் கதையை விவரிக்கும் '**பெரியபுராணம்**' கண்ணப்பரின் நாய்களைப் பற்றி ஒன்றும் கூறவில்லை.

தஞ்சாவூர் பெரியகோவிலில் கண்ணப்பரின் நாய்கள்

சு. தியடோர் பாஸ்கரன்

தஞ்சை ஆலயத்திற்குள் உள்ள பிரசித்தி பெற்ற சுவரோவியங் களில் ஒரு வெண்ணிற நாய் காட்சிப்படுத்தப்பட்டிருக்கின்றது. இந்த ஓவிய நாயும் இங்கு புடைப்புச் சிற்பங்களாக உள்ள நாய்களும் ஒரே மாதிரியான உடலமைப்பைக் கொண்டுள்ளன. வால் சுருண்டு, உயர்ந்து நிற்கின்றது. கால்கள் நீளமாக இல்லை. முகம் கூராக இல்லாமல் சதுரமாக உள்ளது. ஆயிரம் ஆண்டு களுக்கு முன்பு இருந்த கலப்பில்லாத ஒரு நாயினம் இது என்பதை மனத்தில் கொள்ள வேண்டும்.

தாராசுரம் சிற்பம்

தாராசுரத்தில் உள்ள, 11ஆம் நூற்றாண்டில் கட்டப்பட்ட சிவாலயத்தில் வீரன் ஒருவன் கயிற்றால் பிணைக்கப்பட்ட ஒரு நாயைப் பிடித்துக்கொண்டிருப்பதைக் காட்டும் ஒரு சிறிய புடைப்புச் சிற்பம் உள்ளது. நாயின் கழுத்துப்பட்டை அகலமானதாக இருக்கின்றது. இதுவும் தஞ்சைச் சிற்பங்களில் உள்ள நாய்கள் போன்ற உடலமைப்பு கொண்டது.

விஜயநகர காலத்து (கி.பி. 1336-1565) வரலாற்றுச் சின்னங்கள் பலவற்றில் நாய்கள் புடைப்புச் சிற்ப வடிவில் காட்சிப்படுத்தப்பட்டிருக்கின்றன. இதில் பெருவாரியானவை வேட்டைக்காட்சிகள்தாம். இந்தப் பேரரசின் தலைநகராக இருந்த ஹம்பியில் உள்ள மகாநவமி மேடை என்று அறியப்படும் பெரிய பீடத்தின் பக்கவாட்டில் வீரர்கள், கயிற்றால் பிணைக்கப்பட்ட நாய்களைப் பிடித்துக்கொண்டு வேட்டையில் ஈடுபடுவதுபோன்ற காட்சிகள் உள்ளன. இந்த மேடையில்தான் பேரரசர் கிருஷ்ண தேவராயர் (கி.பி. 1542-1565) அமர்ந்து நாட்டியம், வாணவேடிக்கை போன்ற மகாநவமி கொண்டாட்டங்களைக் காண்பார்.

ஹம்பி வேட்டை நாய்கள்

திருநெல்வேலி மாவட்டத்தில் உள்ள ஸ்ரீவைகுண்டத்தில் இருக்கும் நாயக்கர் கால (விஜயநகர காலத்திற்குப் பின்னர்) வைகுண்டநாதர் ஆலயத்தில் உள்ள திருவேங்கடமுதலியார் மண்டபத்தில் ஒரு தூணில் உள்ள புடைப்புச் சிற்பம் ஒரு வேடனின் காலில் தைத்த முள்ளை அவன் மனைவி எடுப்பதைக்

காட்டுகின்றது. ஒரு காலில் நின்று மறுபாதத்தை உயர்த்தியிருக்கும் வேடன், வேட்டையில் அடித்த காட்டுப்பன்றியைத் தன் தோளில் போட்டிருக்கின்றான். அவன் அருகே அவனது நாய் நிற்கின்றது.

மத்தியப்பிரதேசத்தில், இந்தூரிலிருந்து 16 கி.மீ. தொலைவில், வேறெங்கும் காண முடியாத கோவில் ஒன்று உள்ளது. விசுவாசமான ஒரு நாய்க்காக இந்த ஆலயம் எழுப்பப்பட்டது. உள்ளூர் மக்கள் இதைப் பற்றி ஒரு கதை சொல்கிறார்கள். ஊர் ஊராகத் திரிந்து வணிகம் செய்யும் ரேவா பஞ்சாரா என்ற வியாபாரிக்குப் பணத் தட்டுப்பாடு ஏற்பட்டது. அவர் ஒரு கிராமத்தில் உள்ள ஓர் அடகுக் கடைக்காரரிடம் தமது நாயைப் பணயமாக வைத்துப் பணம் பெற்று, சரக்கு வாங்க அடுத்த ஊருக்குச் சென்றார். அன்று கொள்ளையர்கள் கடைக்காரர் வீட்டில் பணத்தையும் நகைகளையும் திருடிக்கொண்டு போய் ஆற்றங்கரையில் புதைத்துவைத்துவிட்டனர். காலையில் அந்த நாய் மோப்பம் பிடித்து ஓடி, நகைகள் ஒளித்துவைக்கப்பட்டிருந்த இடத்தைக் காட்டியது. மகிழ்ச்சியுற்ற கடைக்காரர் நாய்க்கு விடுதலை அளித்து, அதன் கழுத்தில் ஒரு கடிதத்தைக் கட்டி அனுப்பி விட்டார். நாய் எசமானரைத் தேடி ஓடியது. அப்போது திரும்பி வந்துகொண்டிருந்த பஞ்சாரா, ஓடி வரும் நாயைப் பார்த்து அது தப்பி வந்துவிட்டது என்று நினைத்து வாளை உருவி அதைக் கொன்று விட்டார். பிறகுதான் அதன்

குக்குர்மத் – நாய்க்கு ஆலயம்

கழுத்தில் இருந்த குறிப்பைப் பார்த்து மனம் நொந்து, நாயின் நினைவைப் போற்றி ஒரு கோவில் எழுப்பினார் என்பது கதை. 11ஆம் நூற்றாண்டைச் சேர்ந்த இந்த ஆலயம் இன்று குக்கர்மத் ரின்முக்தேஸ்வர் என்று அறியப்படுகின்றது (குக்கர் என்ற சொல்லுக்கு சமஸ்கிருதத்தில் நாய் என்று பொருள்). காலச்சூரி வம்சத்து அரசன் கோக்கல்யதேவ் காலத்தில் எழுப்பப் பட்ட இவ்வாலயம் இன்று இந்தியத் தொல்லியல் துறையால் பாதுகாக்கப்படும் ஒரு வரலாற்றுச் சின்னம். கடன் சுமையால் பாதிக்கப்பட்டோர் இங்கு சென்று வழிபடுகின்றனர்.

சிவாஜியின் நாய், வாக்யாவின் நினைவுச்சின்னம், ராய்கார் கோட்டையில்

நம் நாட்டில் சில இடங்களில் நாய்களின் நினைவைப் போற்றி நினைவுச் சின்னங்கள் எழுப்பப்பட்டிருக்கின்றன. சத்ரபதி சிவாஜியின் பிரசித்தி பெற்ற குதிரை கல்யாணி போலவே புகழ் பெற்றது அவரது செல்லமான வாக்யா என்ற நாய். இது இந்திய வரலாற்றில் நன்கு அறியப்பட்ட நாய். இதன் சமாதி சிவாஜியின் ராய்கார் கோட்டையில் இருக்கின்றது. 1680இல் மன்னர் மறைந்தபோது, துயரம் தாளாமல் இந்த நாயும் சிதையின் தீயில் குதித்துத் தன் உயிரை மாய்த்துக்கொண்டதாக கதை நிலவுகின்றது. சிவாஜியின் உடல் எரியூட்டப்பட்ட இடத்தில் 1936இல் இந்த நாய்க்கு 5 மீட்டர் உயரப் பீடத்தில் ஒரு சிலை வைக்கப்பட்டது.

கர்நாடகாவில் வரலாற்றுச் சின்னங்கள் நிறைந்த பீதர் நகரில் இரண்டு இடங்களில் – சிவநகரிலும் குருநகரிலும் – 16ஆம் நூற்றாண்டு சமாதிகள் இரண்டு உள்ளன. குத்தே கா காபர் என்று அறியப்படும் இவை பாமினி சுல்தான்களின் நாய்கள் அடக்கம் செய்யப்பட்ட இடம். குருநகரில் உள்ள சமாதி பெரிதாக, அலங்காரமாகக் கட்டப்பட்டுள்ளது. அதே போல மஹுலி நகரில் மன்னர் ஷாகு மகராஜின் (1874–1922) சமாதியின்மேல் அவரது நாய் காண்டியாவின் உருவச்சிலை வைக்கப்பட்டுள்ளது. உதகமண்டலத்திலும் சுற்றுப்பயணிகளுக்கு இந்த ஊரின் முதல் கலெக்டர் ஜான் சலிவனுடைய நாயின் கல்லறை சுட்டிக்காட்டப்படுகின்றது.

ஹோசூருக்கு அருகே அமைந்துள்ள அரசுக் கால்நடைப் பண்ணையில் நாய்களுக்கான கல்லறைத் தோட்டம் ஒன்று இருக்கின்றது. தமது குதிரைப் படைக்காகவும் பீரங்கி வண்டிகளை இழுக்க ஹொலிக்கர் மாடுகளை உருவாக்கவும் திப்பு சுல்தானால் நிறுவப்பட்ட இந்தப் பண்ணையை பிரித்தானியர்கள் கையில் எடுத்துக்கொண்டபின் அது 1938வரை ராணுவத்தின் வசம் இருந்தது. பின்னர், ராஜதானி அரசின் கால்நடைத் துறையின்கீழ் வந்தது. 1924இல் இந்தப் பண்ணையில் மேலாளராக இருந்த ஒரு ராணுவ அதிகாரியின் நாய் இறந்துவிட, அவர் தமது வீட்டின்முன் இருந்த ஆலமரத்தடியின்கீழ் அதைப் புதைத்து அதன் பெயர் பொறிக்கப்பட்ட ஒரு தலைக்கல்லையும் நட்டார். அப்போதிருந்து எந்த மேலாளருடைய நாய் இறந்தாலும் அது இங்கே இந்த வரிசையில் அடக்கம் செய்யப்பட்டது. கடைசியாக 1972இல் இறந்த ராணி என்ற பொமரேனியன் இன நாய் இங்கு புதைக்கப்பட்டது.

இன்றைய நிலை

இந்திய நாயினங்களில், அதிலும் சமவெளியில் உருவான இனங்களில், சில பொதுவான கூறுகளைக் காணலாம். பெருவாரியானவை வெளிப்புறத்தில் இயங்குபவை. ஆகவே அவை ஓட்டத்திலும் பாய்ச்சலிலும் சிறந்திருக்கும். தொல் பழங்காலந்தொட்டே இவை பரந்த வெளிகளில் ஓடி வெளிமான், முயல் போன்ற விலங்குகளைத் துரத்திப் பிடிப்பதற்காகவே வளர்க்கப்பட்டவை. கால்கள் நீண்டு, மெலிதாக முறுக்கேறி இருக்கும். மார்பு பெரிதாக, தாழ்ந்தும் வயிறு ஒடுங்கி உள்வாங்கியும் இருக்கும். இவற்றைக் கட்டிவைத்தாலோ சிறிய இடத்திற்குள் அடைத்துவைத்தாலோ மிகுந்த அழுத்தத்திற்குள்ளாகும்.

இங்கு நாய் தோற்றத்தில் அழகாக இருப்பது ஒரு பொருட்டாகக் கருதப்படவில்லை. ஆகவே வாலை நறுக்கும் (docking) பழக்கம் இங்கு இல்லை. குட்டி நாய்களின் தொங்கு நகங்களை (dew claws) கத்தரிப்பதும் இல்லை. அதே போல விரையடிக்கும் பழக்கமும் இங்கில்லை. இமயமலைப் பிரதேசத்திலும் தென்னிந்தியாவிலும் ஆட்டு மந்தைகளைக் காக்கும் சில இனங்கள் காயடிக்கப்பட்டன என்று அறிகின்றோம். அண்மைக்காலத்தில், தென் தமிழ்நாட்டிலிருந்து சில நம்பக் கடினமான செய்திகள் வருகின்றன. நல்ல இனத்தில் சிறந்த நாய்களை வைத்திருக்கும் சிலர், இம்மாதிரி நாய் அந்தப் பகுதியில் வேறு யாரிடமும் இருந்துவிடக்கூடாது

என்பதற்காகக் காயடித்து விடுவதாகத் தெரிகின்றது. இத்துறையில் சில ஊர்களில் யாரிடம் உயர்ந்த நாய் இருக்கின்றது என்ற கடும் போட்டி நிலவுவதன் விளைவுதான் இது. மேலை நாடுகளில் ஒரு பறவையை, அதிலும் காட்டுவாத்து போன்ற ஒரு நீர்ப்பறவையைச் சுட்டவுடன் ஓடிப்போய் அதை எடுத்துக்கொண்டு வர நாய்கள் பழக்கப்பட்டுள்ளன. இதற்கென்றே retriever வகை இனங்கள் உண்டு. நம்மூர் நாய்கள் எவையும் துப்பாக்கி வேட்டைக்கு உதவியாக இருக்கப் பழக்கப்படவில்லை.

உலக நாய்களைப் பொதுவாக இரண்டு வகைகளாகப் பிரிப்பர். ஒன்று மோப்ப நாய் (scent hound), இன்னொன்று பார்வை நாய் (sight hound). நம் நாட்டு நாய்களில் ஏறக்குறைய எல்லா இனங்களுமே கட்புலனையே பெரிதும் ஆதாரமாகக் கொண்டவை. நாய் தலையை உயர்த்தி நிற்கும் தோரணையே அது பார்வை நாய் என்பதைக் காட்டும். மோப்ப சக்தி இருந்தாலும் இவை கூர்மையான பார்வை கொண்டவை. பெருவாரியானவை மடிப்புக் காது கொண்டவை. அதாவது காதுகள் குத்திட்டு நிற்காமல் மடிந்திருக்கும். புதர்களூடேயும் முட்காட்டிலும் ஓடும்போது உட்காதின் மென்மையான பகுதியைப் பாதுகாக்க இந்தப் பரிணாம அமைப்பு.

நம் நாட்டில் இமயமலை நாயினங்களைத் தவிர, மற்ற எல்லா இனங்களின் ரோமப் போர்வையும் வெப்பநிலைக்கேற்பக் குட்டையாக, மிருதுவாக இருக்கும் – கோம்பை நாயைப்போல. ஆகவே மேல்தோலைப் பராமரிக்கும் அவசியம் இல்லை. நாய்கள் இங்கே பயன்பாட்டு விலங்காகவே கருதப்பட்டதால், அவற்றின் தோற்றத்திற்கு முக்கியம் கொடுக்கப்படாததால், குளிப்பாட்டும் பழக்கமும் இங்கு இல்லை. கடந்த இருபத்து சொச்ச ஆண்டுகளாக நாட்டுநாய்கள் நாய்க் கண்காட்சிகளில் காட்டப்பட்டாலும் அவற்றை அழகுபடுத்துவது வழக்கம் இல்லை. உள்ளூர் நாய்களுக்கு மருத்துவச் செலவு மிகவும் குறைவு. ஏனென்றால் அவை நம்மூர் தட்பவெப்ப நிலைக்கேற்றவாறு வளர்ந்துள்ளதால் உடல்நலக் கேடு ஏற்படுவது இல்லை. நான் பேசிய சில கால்நடை மருத்துவர்கள் இதைக் குறிப்பிட்டனர். மரபணு சார்ந்த நோய்களும் வலிப்பு போன்ற நோய்களும் அரிது. மேலைநாட்டு இனங்களில் அடிக்கடி காணப்படும் 'ஒற்றை விரை' (monarchism), இரண்டு விரைகளுமே இறங்காமல் உள்ளேயே இருப்பது (undescended testicles) போன்ற குறைகள் நாட்டுநாய்களிடம் காணப்படுவதில்லை என்கிறார்கள். மேல்நாட்டு மருத்துவ முறை இங்கு பரவுவதற்குமுன் நாய்களுக்குப் பாரம்பரியமாகச் சித்த வைத்தியம் பயன்படுத்தப்பட்டது.

தென்னிந்தியாவில் நாட்டுநாய்களுக்கு நோய் வராமலிருக்கச் சூடு போடும் பழக்கம் இருந்தது. இப்போது நவீன மருத்துவச் சிகிச்சை கிடைப்பதால் இப்பழக்கம் குறைந்துவிட்டாலும், பின்னங்கால்களில் சூட்டுத் தழும்புகளுடன் சில நாய்களை இன்னும் பார்க்க முடிகின்றது. முதலில் இது அடையாளத் திற்காகத்தான் என நான் நினைத்தேன். பின்னர்தான் அது தடுப்புச் சக்தியை அதிகரிக்கும் என்ற நம்பிக்கையில் செய்யப்படுவது என்று கால்நடை மருத்துவர்கள் சிலர் மூலம் அறிந்தேன். சைக்கிள் சக்கரத்தில் உள்ள கம்பி ஒன்றைப் பழுக்கக் காய்ச்சி, கோடுகளாகக் காலில் இழுத்து விடுகின்றார்கள். இந்தச் சூட்டுத் தழும்புகள், நாய்கள்மீது கண் பட்டுவிடாமல் இருக்கவும் உதவும் என்று சிலர் நம்புகின்றனர். இந்தப் பழக்கம் கர்நாடகத்தில் அதிகமாக இருப்பதைக் காண்கின்றேன். முதோல், காரவான் நாய்கள் பல இந்தத் தழும்புகளுடன் காணப்படுகின்றன.

உள்ளூர் நாய்களை வளர்ப்போர் பலரிடம் இந்த நாய்களுக்குக் கொடுக்கப்படும் உணவைப் பற்றிப் பேசியிருக்கின்றேன். ராகி, கம்பு போன்ற தானியங்களால் ஆன சாதாரணமான உணவுதான் கொடுக்கப்படுகின்றது என்றார்கள். சற்று வசதியுள்ளவர்கள் ஆட்டுப்பாலை அவ்வவ்போது கொடுப்பதாகச் சொன்னார்கள். பல கிராமங்களில் மாட்டுக்கறி கிடைத்தாலும் யாரும் அதை நாய்க்குக் கொடுப்பதாகச் சொல்லவில்லை. ஆட்டிறைச்சி விலை அதிகம். ஆகவே தானிய உணவே பெருவாரியானவர்களால் கொடுக்கப்படுகின்றது. வேட்டைக்குப் போகும்போது, முயல், உடும்பு ஆகியவற்றை நாய்கள் பிடித்தால், கொஞ்சம் இறைச்சி கொடுக்கப்படுகின்றது.

காடுகள் அருகே உள்ள கிராமங்களில் வாழும் நாய்களைச் சிறுத்தைகள் அடித்து இரையாகக் கொள்வதுண்டு. வேட்டைக்குப் போகும்போது சிறுத்தைகளால் அவை தாக்கப்படலாம். நாயின் கழுத்தைத்தான் சிறுத்தை முதலில் கவ்வும். ஆகவே பாதுகாப்பாகக் கழுத்தில் அகலமாக, முரட்டுத் தோலால் ஆன பட்டை ஒன்றைச் சில நாய்களுக்கு அணிவிக்கின்றார்கள். ‘சிறுத்தைப் பட்டை’ (leopard collar) என்று அறியப்படும் இந்தத் தடுப்புப் பட்டையில் ஆணிகள்கூட அடிக்கப்பட்டிருக்கும். தகரம் போன்ற உலோகத்தால் ஆன சில கழுத்துப் பட்டைகளையும் நான் பார்த்திருக்கின்றேன்.

* * *

இந்தியாவில் உள்ள மாறுபட்ட பருவநிலை, புவியியல் கூறுகள் உள்ள பகுதிகளில் தோன்றி, வெவ்வேறு உடற்கூறுகளுடன் பல நாயினங்கள் உருவாயின. கடந்த மூன்று நூற்றாண்டுகள் முன்

வரை இந்த இனங்கள் தனித்துவத்துடன், கலப்பு இல்லாமல் இருந்தன. காலனியாதிக்கம் தொடங்கியபின் ஐரோப்பாவிலிருந்து நாயினங்கள் இங்கு இறக்குமதி செய்யப்படும்வரை இந்த இனங்கள் கலப்படையாமால், அவைகளின் மரபணு சேமகத்தில் (gene pool) எந்த மாற்றமும் ஏற்படாமல் இருந்தன. பின்னர்தான் கலப்பினங்கள் உருவாக ஆரம்பித்தன. காலனிய காலத்தில் 16ஆம் நூற்றாண்டில் போர்த்துகீசியர்கள் முதன்முதலாக நம் நாட்டிற்குள் ஐரோப்பிய நாய்களைக் கொண்டுவந்தனர். என்றாலும், இந்தியாவின்மேல் பிரித்தானியர்களின் பிடி இறுகிய பிறகுதான் மேல்நாட்டிலிருந்து சீராக நாய் இறக்குமதி தொடங்கியது. ஏ.ஹெச்.ஏ. ஹார்வி (A.H.A. Harvey) என்ற அதிகாரி ஒரு குறிப்பில் "நூற்றுக்கணக்கான, ஆயிரக்கணக்கான நாய்கள் (வேட்டை நாய்கள்) பெரும் பொருட்செலவில் இந்தியாவிற்கு அனுப்பப்பட்டன. குறிப்பாக மதராஸுக்கு" என்று பதிவு செய்துள்ளார். மத்திய கிழக்கு நாடுகளிலிருந்தும் ஐரோப்பாவிலிருந்தும் நாய்கள் கொண்டுவரப்பட்டு உள்ளூர் நாய்களுடன் கலப்பு இனப்பெருக்கம் செய்யப்பட்டது.

அஜந்தா சுவரோவியங்களில் உள்ள நாய்களின் சித்தரிப்பு அல்லது மற்ற ஓவியங்களில், சிற்பங்களில் காட்டப்பட்டிருக்கும் நாய்களின் தோற்றங்கள் இன்று நம் நாட்டில் உள்ள உள்ளூர் இனங்களிலிருந்து மிகவும் வேறுபட்டிருப்பதைக் காணலாம். உருண்டையான அல்லது சதுர முகம் கூர்மையான, நீண்ட முகமாக மாறியிருப்பதைக் கவனிக்காமல் இருக்க முடியாது. பருத்த உடல், மெலிந்ததாக, வயிறு ஒட்டி, நெஞ்சு பெரிதாக மாறியுள்ளது. சென்ற சில நூற்றாண்டுகளில் நம் நாட்டு நாயினங்கள் உருவத்தில் மாறியுள்ளன என்பது தெளிவு. இந்த இனங்களில் மரபணுச் சோதனை நடத்தப்பட்டால் இந்தத் தோற்ற மாற்றம் பற்றி நமக்கு மேலும் புரிதல் கிடைக்கலாம்..

காலனி ஆட்சிக் காலத்தில் ஐரோப்பியாவிலிருந்து இந்தியாவிற்கு நாய்கள் இறக்குமதி செய்யப்பட்டது பற்றிப் பல பதிவுகள் இருக்கின்றன. இந்த இறக்குமதி பிரித்தானிய அதிகாரிகளின் வேட்டை ஆர்வத்தைச் சார்ந்திருந்தது. காலனி நாட்டில் வாழ்வில் இருந்த சோர்வைப் போக்க அவர்கள் வேட்டையில் ஈடுபட்டனர். இந்தியாவில் வேறுபட்ட வாழிடங்களில் பெருமளவு இருந்த காட்டுயிர் அவர்களை ஈர்த்தது. நீர்நிலைகளுக்கு இரை தேடிக் கூடும் ஆயிரக்கணக்கான வலசை வரும் புள்ளினங்களைச் சுடும்போது அவற்றை எடுத்துவர வேட்டையாடிகளுக்கு நாய்கள் தேவைப்பட்டன. இந்திய இன நாய்கள் காட்டுப்பன்றி, மான் போன்ற விலங்குகளைத் துரத்திப் பிடிப்பதில் பழகியிருந்தாலும், சுடுபவர்களுடன் கூடப்

போவதற்கோ சுட்டதை எடுத்துவருவதற்கோ (retrieving) அவை பழக்கப்படவில்லை. இதற்கென்று உருவாக்கப்பட்டுப் பயிற்சி கொடுக்கப்பட்ட லாப்ரடார் ரெட்ரீவர் (Labrador Retriever), பாயின்டர் (Pointer) போன்ற இனங்கள் தேவைப்பட்டதால் அவை பெருமளவில் வரவழைக்கப்பட்டன. போர்த்துகீசியர்களால் பிளட் ஹவுண்ட் (blood hound) இன நாய்கள் இந்தியாவிற்கு 17ஆம் நூற்றாண்டிலேயே கொண்டுவரப்பட்டன. அடுத்த நூற்றாண்டிலேயே மற்ற பல ஐரோப்பிய நாயினங்கள் இந்தியாவிற்கு வந்துவிட்டன என்பதைக் காட்டும் குறிப்புகள் ஆவணக்களரியில் நமக்குக் கிடைக்கின்றன.

ஏராளமான கிரே ஹவுண்ட் (Grey Hound) இன நாய்களும் 19ஆம் நூற்றாண்டின் தொடக்க ஆண்டுகளில் பிரித்தானிய அதிகாரிகளால் இறக்குமதி செய்யப்பட்டன. இந்த நாய்களின் வரலாறு பற்றியும் பராமரிப்பது பற்றியும் கல்கத்தாவில் 1823ஆம் ஆண்டு, 104 பக்கம் கொண்ட ஒரு நூல் வெளியிடப்பட்டது. A Treatise on Grey Hounds and other Sporting dogs, with observations on the treatment of disorders of them. இந்திய சிற்றரசர்களும் இந்த நாய்களை வருவித்தனர். தென்னிந்தியாவில் ஊத்துகுளி, சிவகாசி ஜமீந்தார்கள் இந்நாய்கள் சிலவற்றை தருவித்தனர்.

மொகலாயச் சக்ரவர்த்தி ஜஹாங்கிர், தமது தர்பாரில் இருந்த ஆங்கில அரசின் தூதுவர் தாமஸ் ரோவிடம் உயர் ரக நாய்களை இங்கிலாந்திலிருந்து வரவழைத்துத் தரும்படி கேட்டுக்கொண்டார். அவரும் உருவில் பெரிய மாஸ்டிஃப் (mastiff) வகை நாய்களை வரவழைத்துச் சக்ரவர்த்திக்குப் பரிசாக அளித்தார். அந்த நாய்களுக்கு வெள்ளி உணவுத் தட்டுகளைக் கொடுத்துக் காப்பாளர்களையும் ஜஹாங்கிர் நியமித்தார். தென்னிந்தியாவில் 1710இல் ஆற்காட்டு நவாப் இரண்டு, மூன்று அயர்லாந்து நாய்களை (Irish hounds) கொண்டுவரச் சொல்லிக் கிழக்கிந்திய கம்பெனியைக் கேட்டார். இதுபோல் நாய்கள் வரவழைக்கப்பட்ட பதிவுகள் பல இருக்கின்றன. மலபாரின் ஒரு பகுதியில் ஒரு பிரித்தானிய அதிகாரியின் புல்டாக் (bulldog) வகை நாய் ஒரு கோவில் மாட்டைக் கொன்றுவிட்டது. ஆத்திரமடைந்த ஒரு கூட்டம் 18 பிரித்தானியர்களைக் கொன்று விட்டனர். இவர்களுக்கு, "குருக்கள்களின் கோபத்திற்கு இவர்கள் பலியாக்கப்பட்டனர்" என்ற வாசகத்துடன் கூடிய ஒரு நினைவுச் சின்னம்கூட எழுப்பப்பட்டது.

எஸ்.டபிள்யூ. பேக்கர் (S.W. Baker) என்ற தோட்டப் பண்ணைக்காரர் 1854இல் எழுதிய 'சிலோனில் துப்பாக்கியும் நாயும்' (Rifle and Hound in Ceylon) என்ற நூலில் பன்னிரண்டு

கிரேஹவுண்ட் (greyhound) நாய்களை வேட்டைக்காகத்தான் இங்கிலாந்திலிருந்து கொண்டுவந்ததாகக் கூறுகின்றார். ராணுவ அதிகாரி மேஜர் இ. நேப்பியர் (Major E. Napier) தாம் *1840*இல் எழுதிய வேற்று நிலத்தில் வேட்டை *(Scenes and Sports in Foreign Land)* என்ற நூலில் அரபு நாட்டிலிந்து குதிரை வணிகர்கள், குதிரைகளுடன் அரபு வேட்டை நாய்களையும் (Arab greyhounds) இந்தியாவிற்குள் கொண்டுவந்தனர். இங்கே ஒரு நாய் இருநூறு ரூபாய்க்கு விற்கப்பட்டது என்று எழுதியுள்ளனர்.

இதில் வியப்பு என்னவென்றால், கிரேஹவுண்ட் நாய்கள் இன்றளவும் இறக்குமதி செய்யப்படுகின்றன. அண்மையில் அமெரிக்க நாளிதழான *நியூயார்க் டைம்ஸ் (New York Times)* பஞ்சாபில் உள்ள ஃபரிதாபாத் நகரில் அவ்வப்போது நடத்தப்படும் நாய்கள் ஓட்டப்பந்தயம் பற்றிய ஒரு கட்டுரையை வெளியிட்டது. கனடா, இங்கிலாந்து. அயர்லாந்து ஆகிய நாடுகளிலிருந்து பெரும் விலை கொடுத்து இறக்குமதி செய்யப்படும் நாய்கள் பங்கேற்கின்றன என்பவை போன்ற விவரங்கள் அதில் அடங்கியிருந்தன. பல செல்வந்தர்களான பண்ணையார்கள் இந்த இன நாய்களை வளர்ப்பதையும் இந்தப் பந்தயத்தில் கலந்துகொள்வதையும் பெரிய கௌரவமாகக் கருதுகின்றார்கள். இதேபோல *2016*ஆம் ஆண்டு அக்டோபர் முதோல் இன நாய்களின் ஓட்டப்பந்தயம் முதோல் நகரில் நடத்தப்பட்டது. முதல் பரிசு ரூபாய் *11,111*.

இந்தப் பந்தயங்களுக்குச் சம்பந்தம் இல்லாத ஒரு செய்தி அண்மையில் வந்தது. இந்திய அரசு வெளிநாடுகளிலிருந்து நாய்களை இனப்பெருக்கத்திற்காக இறக்குமதி செய்வதைத் தடைசெய்துள்ளது. வெளிநாட்டு வணிக டைரக்டர் ஜெனரல் பிறப்பித்த ஓர் ஆணையின் மூலம் இந்த முடிவு தெரிவிக்கப்பட்டது.

* * *

பிரித்தானிய அரசின் அதிகாரம் பரவி, பிடி இறுகிய காலத்தில் பல இந்திய மன்னர்கள் நாய்களை மேல்நாட்டிலிருந்து இறக்குமதி செய்ய ஆரம்பித்தனர். இவர்களுள் பிரசித்தி பெற்ற ஓர் எடுத்துக்காட்டு, குஜராத்தில் இருந்த ஜூனாகாத் நவாப் மொஹபத் கான் ரசூல் கான். இவரிடம் புல் டெரியர் (bull terrier), பார்டர் காலி (border collie) போன்ற *150* நாய்கள் இருந்தன. வேட்டையில் ஈடுபாடு கொண்டிருந்த இந்த நவாப் சில வேட்டை நாய்களையும் வைத்திருந்தார். ஒவ்வொரு நாய்க்கும் தனித்தனி அறை, காப்பாளர். அவற்றைப் பராமரிக்க ஓர் ஆங்கிலேயக் கால்நடை மருத்துவரும் இருந்தார். நவாப் ஏதேனும் ஒரு நாயைப் பார்க்க விரும்பினால் அது ஒரு பல்லக்கில் தூக்கிவரப்பட்டது;

ஜுனாகாத் நவாபும் அவரது நாயும்

ஆங்கிலேய ஓவியர்களைக் கொண்டு தமது நாய்களின் தைல ஓவியங்களைத் தீட்டச்செய்தார். சிலவற்றை இன்றும் ஜுனாகாத் அரண்மனையில் காணலாம். வைரம் பதித்த கழுத்துப்பட்டைகள் சில நாய்களுக்கு மாட்டப்பட்டிருந்தன. இவரது இரு நாய்களின் திருமணக் கொண்டாட்டத்தை ஓர் ஓவியம் காட்சிப்படுத்துகின்றது. வைபவம் மூன்று நாட்களுக்கு நடந்தது என்று அறிகின்றோம். அதில் ஒரு நாள் அரசு விடுமுறையாக அறிவிக்கப்பட்டது. அப்போது தில்லியில் கவர்னர் ஜெனரலாக இருந்த எர்வின் பிரபுவை (Lord Irwin) அவர் இந்தக் கொண்டாட்டத்திற்கு அழைத்தார். ஆனால்

எர்வின் பிரபு வரவில்லை. நவாபின் ஆட்சியில் இருந்த பல குட்டி அரசர்கள், ஜமீன்தார்கள் சடங்காச்சாரமான உடை தரித்து வந்து வைபவத்தில் கலந்துகொண்டனர். 1947இல் இந்தியா–பாகிஸ்தான் பிரிவினையின்போது இந்த நவாப் ஒரு டகோட்டா விமானத்தில் தமது நான்கு மனைவிகளையும் நாய்களையும் பொக்கிஷங்களையும் ஏற்றிக்கொண்டு புறப்படத் தயாரானார். அப்போது ஒரு மனைவி, ஒரு குழந்தையை அரண்மனையில் மறந்துவிட்டதாகக் கூறி அதைக் கூட்டிவரப் போனார். அந்த இடத்தில் இரண்டு நாய்களை விமானத்தில் ஏற்றிக்கொண்டு பாகிஸ்தானுக்குச் நவாப் சென்றதாக வரலாறு சொல்கின்றது.

***

மேலை நாடுகளிலிருந்து கூட்டம் கூட்டமாக நாய்கள் இறக்குமதி செய்யப்பட்டபின் இனக்கலப்பைத் தடுக்க முடியாதுதானே. பல மேலை நாட்டு நாயினங்கள் இந்தியச் சமவெளிகளின் வெப்பநிலையைத் தாங்க இயலாமல் சிரமப்பட்டன. ஆகவே சிலர் இந்த நாய்களை உள்ளூர் நாய்களுடன் இனக்கலப்பு செய்தால் உருவாகும் கலப்பினம் வெப்பத்தை தாங்கக்கூடிய வேட்டை நாய்களாக இருக்கும் என்ற நம்பிக்கையில் செயல்பட்டனர். புதிய இனங்கள் உருவாயின. பல நூற்றாண்டுகளாக மாறாமல் இருந்த இந்திய நாயினங்களின் மரபணுக்கள் உருக்குலைந்தன.

இந்தக் காலகட்டத்தில், சில பிரித்தானிய அதிகாரிகள் இந்திய நாயினங்களின் தனித்துவத்தைக் கவனித்து அந்தக் கூறுகளை மாறாமல் வைத்திருக்க வேண்டும் என்று விரும்பினர். முக்கியமாக இமயமலைகளில் இருந்த நாயினங்கள் இவர்களின் கவனத்தை ஈர்த்தன. அந்தப் பகுதியில் நாய்கள் மனிதர்களுடன் வெகு நெருக்கமாகப் பழகி வீட்டிற்குள் நடமாடிக்கொண்டிருந்தன. சமவெளியில் இருந்த நாயினங்கள் பொதுவாக வீட்டிற்குள் அனுமதிக்கப்படவில்லை. இன்னும் சொல்லப்போனால் இமயப் பிரதேசத்தில் இருந்த ஆட்டு மந்தைகளைக் காக்கும் மேய்ப்பு நாய்கள் (sheep dogs) சமவெளிகளில் இருக்கும் வேட்டை நாய்களைக் காட்டிலும் மனிதர்களுடன் நெருக்கமாக இருந்தன. மனிதர்கள் வேட்டை நாய்களை வேட்டைக்குப் போகும்போது மட்டும் கூட்டிச்செல்வார்கள். மற்ற நேரங்களில் அவை தன்னிச்சையாக இருக்கும். நாய்கள் என்றால் தீட்டு, அசிங்கம் என்ற மனப்பான்மை மலைவாழ் மக்களிடம் இல்லை.

அடர்ந்த ரோமப் போர்வை கொண்ட மலைநாய்கள், தோற்றத்தில் ஐரோப்பிய நாயினங்கள் போன்று இருத்தன. இவை பிரித்தானியர்களை ஈர்த்ததற்கு இன்னொரு காரணம், இத்தகைய ரோமப் போர்வை இருந்ததால் இங்கிலாந்து நாட்டின்

குளிரை இமயமலை நாய்களால் எளிதாகத் தாங்க முடிந்தது. அந்நாட்டின் காலநிலை இவற்றுக்கு ஒத்துப்போனது. ஆகவே சில இமயமலை நாயினங்கள், அதிலும் சின்ன உருவம் கொண்டவை, இங்கிலாந்திற்குக் கொண்டுசெல்லப்பட்டு அங்கு பிரசித்தி பெற்றன. அவற்றுக்கு ஆங்கிலப் பெயர்கள் – திபெத்திய டெரியர் (Tibetan terrier), திபெத்திய ஸ்பானியல் (Tibetan Spaniel) என – சூட்டப்பட்டன. அங்கு 2000 உறுப்பினர் கொண்ட 'இந்திய நாயினங்களை வளர்ப்போர் சங்கம்' (Owners of Indian Dogs) உருவாகியிருக்கின்றது.

இமாலய மாஸ்டிஃப் நாய் இங்கிலாந்திற்குக் கொண்டு செல்லப்பட்ட வரலாறு பதிவுசெய்யப்பட்டுள்ளது. நேபாளத்தில் பிரிட்டிஷ் அதிகாரியாக இருந்த பி.ஹெச். ஹாட்சன் (B.H. Hodgson) இயற்கையிலளாளரும்கூட. இவர் இந்த நாய்கள் இரண்டை காட்மாண்டுவில் தாவர ஆய்வு செய்துகொண்டிருந்த நத்தானியேல் வாலிக்கிற்கு (Nathaniel Wallich) கொடுத்தார். வாலிக் அந்த நாய்களை 1828இல் இங்கிலாந்திற்குக் கூட்டிச்சென்று லண்டன் உயிர்க்காட்சியகத்தில் விட்டார். சில நாட்கள் கழித்து, அவற்றை மன்னர் நான்காம் ஜார்ஜிற்குப் பரிசாக அளித்தார். மன்னரும் சிறிது காலம் சென்ற பின்னர் அவற்றை உயிர்க்காட்சியகத்திற்கே திரும்ப அளித்தார். ஆனால் ஆறு மாதங்களுக்குப்பின் அவை இரண்டும் டிஸ்டெம்பர் நோயில் உயிரிழந்தன.

* * *

இந்தியாவில் வாழ்ந்திருந்த பிரித்தானியர்கள் பலர் சேர்ந்து நாய்களுக்காக ஓர் அமைப்பை நிறுவினார்கள். 1896இல் லாகூரில் வட இந்திய நாய்ச் சங்கம் (North Indian Kennel Association) தோன்றியது. அங்குதான் முதல் நாய்க் கண்காட்சி நடத்தப்பட்டது. இதுதான் இன்று பிரசித்தி பெற்று விளங்கும் இந்திய நாய் மன்றத்தின் (Kennel Club of India) முன்னோடி. 1900 இந்த மன்றம் லண்டனில் இயங்கிவந்த நாய்கள் அமைப்புடன் இணைந்து, பின்னர் 1908இல் இந்திய நாய்கள் அமைப்பாக ஆனது. இது இன்றுவரை இயங்கிவருகின்றது. இந்தியாவின் வைஸ்ராயாக இருந்த மின்டோ பிரபு (Lord Minto) இதன் முதல் தலைவராக இருந்தார் என்பது பிரித்தானிய அரசு நாய் வளர்ப்பில் காட்டிய அக்கறையின் அடையாளம்.

இந்த அக்கறைக்கு வித்திட்டவர் மறைதிரு. ஹெர்பர்ட் வீலர் புஷ் (Rev. Herbert Wheeler Bush) என்ற மறையாளர். இந்தியாவில் 1881 முதல் இருபது ஆண்டுகள் பணியாற்றிய புஷ் இந்திய நாயினங்களில் ஆர்வம் காட்டிய முதல் பிரித்தானியர்.

நாய் கலைக்களஞ்சியம் (Kennel Encyclopedia) என்ற நூலில் "ஆங்கிலேயர்களுக்கு இதுவரை தெரிந்தமட்டும் கிழக்கு நாடுகளின் வேட்டைக்காரர்கள் இதற்கென்று தனியாக ஒரு நாயினத்தை உருவாக்கவில்லை" என்று எழுதினார். இவர் பஞ்சாரா நாய்களைப் பற்றியும் இந்த நூலில் ஒரு குறிப்பு எழுதினார். ஆக்ஸ்ஃபோர்டில் படித்த புஷ், தில்லி, சயால்கோட், டல்ஹவுசி போன்ற நகரங்களில் பணியாற்றினார். இன்று பாகிஸ்தானில் உள்ள முரி நகரில் லாரன்ஸ் பள்ளிக்கூடத்தின் தலைமை ஆசிரியராகச் சில வருடங்கள் வேலைசெய்தார். இந்திய நாயினங்களைப் பற்றி நன்கு அறிந்தவர் என்று பெயர் பெற்றார். கிழக்கு நாடுகளின் நாய்கள் பற்றி அவர் எழுதிய குறிப்புகளிலிருந்து அந்தக் காலத்து நிலவரத்தை நாம் அறிய முடிகின்றது. Kennel Club of India – வை உருவாக்குவதில் முன்னோடியாக இருந்த இவர் இந்திய நாயினங்களின் அருமை பெருமைகளை மற்றவர்கள் கவனத்திற்குக் கொண்டுவந்தார். இந்த விஷயத்திற்காகவே Kennel Gazette என்ற ஒரு சஞ்சிகையை ஆரம்பித்தார். அது இன்றளவும் தவறாமல் மாத இதழாக Indian Kennel Gazette என்ற பெயரில் சென்னையிலிருந்து வெளிவந்துகொண்டிருக்கின்றது.

மற்ற பெருநகரங்களிலும் நாய்க் கண்காட்சிகள் நடத்தப் பட்டன. 1952இலிருந்து உதகமண்டலத்தில் நடத்தப்படும் இந்தக் கண்காட்சி ஒரு முக்கிய வேனிற்கால நிகழ்வாக இன்றும் தொடர்கின்றது. ஆனால் 1960கள்வரை இந்தக் கண்காட்சியைச் சார்ந்த எவரும் உள்ளூர் நாய்களில் அக்கறை காட்டவில்லை. நாட்டின் நன்கு அறியப்பட்ட தலைவர்களும் மேலைநாட்டு நாய்களைத்தான் வளர்த்தனர். பி.ஆர். அம்பேத்கர் இரண்டு ஃபாக்ஸ் டெரியர் (fox terrier) நாய்களுடன் புகைப்படங்களில் காணப்படுகின்றார். தெற்கே, பெரியாருடன் எப்போதும் இரண்டு, மூன்று டாக்ஷண்ட் (Dachshund) இன நாய்கள் இருப்பதைப் பார்த்திருக்கின்றேன். ஜவஹர்லால் நேரு, ஒரு தேன் நிற, மது என்று பெயரிடப்பட்ட கோல்டன் ரிட்ரீவர் (golden retriever) இன நாயை வளர்த்தார். நேருவின் மறைவிற்குப்பின் அவர் வீடு அருங்காட்சியகமாக மாறிய பின்னும் மது அங்கேயே இருந்தது. 1964இல் நான் அங்கு சென்றபோது மது அந்தக் கட்டிடத்தின் தோட்டக்காரருடன் இருப்பதைப் பார்த்தேன்.

* * *

ஒரு கணிப்பின்படி இந்தியாவில் 40 லட்சம் வளர்ப்பு நாய்கள் உள்ளன (அமெரிக்காவில் 830 லட்சம்). இந்தியாவில் இந்த எண்ணிக்கை ஆண்டுக்கு 15% என்ற விகிதாச்சாரத்தில் கூடிக் கொண்டிருக்கின்றது. செல்லப்பிராணிகளுக்கென மருத்துவமனை களுடன் அவற்றுக்கான பொருட்களின் விற்பனையும்

அதிகரித்துக்கொண்டிருக்கின்றது. பெங்களூருவில் மட்டும் கடந்த மூன்று ஆண்டுகளில் ஐம்பது நாய் ஸ்பாக்கள் (spa) திறக்கப்பட்டிருக்கின்றன. தங்களது செல்ல நாய்களைக் குளிப்பாட்டி அலங்கரிக்கவும் நீச்சலுக்கும் இங்கு வசதி இருக்கின்றது. ஒரு கணிப்பின்படி இந்த நகரத்தில் மட்டும் 14,32,522 வளர்ப்பு நாய்கள் உள்ளன. ஆனால் வெகு அரிதாகவே உள்ளூர் நாய்கள் செல்லப்பிராணிகளாக வளர்க்கப்படுகின்றன.

நம் நாட்டில் நாய்களில் தனி வகை அல்லது சார்பினம் (breed) என்ற கருத்தாக்கம் அண்மைக்காலம் வரை பரவாமல் இருந்தது. வெவ்வேறு வகையான உள்ளூர் நாய்களை வேறுபடுத்திக் காட்டப் பல சொற்கள் புழக்கத்தில் இருந்தன. ஜாதி என்ற சொல் பரவலாகப் பயன்படுத்தப்பட்டது. இந்தப் பிரச்சினை மற்ற இந்திய மொழிகளிலும் இருக்கின்றது என நினைக்கின்றேன். சில ஆண்டுகளுக்குமுன், அகமதாபாத் நகரில் எனது டாக்ஷண்ட் நாயுடன் நடைப்பயிற்சி செய்துகொண்டிருந்தபோது, அந்தச் சிறிய, நீண்ட உருவமுடைய நாயை வியப்புடன் பார்த்த ஒரு சிறுவன் என்னிடம் வந்து “Uncle, what caste is your dog?” என்று கேட்டான். சார்பினம் பற்றிய விவரங்களும் ஒவ்வொரு இனத்திற்குமான தனி அம்சங்களும் நாய்கள் சார்ந்த மன்றங்கள் (Kennel clubs) உருவான பிறகுதான் ஏற்றுக்கொள்ளப்பட்டு நிலைபெற்றன எனலாம். இது கடந்த இரண்டு நூற்றாண்டுகளில் நடந்தது.

இந்தியாவில் நாய் ஆர்வலர்கள் சிலர் இங்கு தனி சார்பினங்களே கிடையாது என்றும் உள்ளூர் நாய்களில் நிலவாகு, காலநிலைக்கேற்ப வேறுபாடுகள் காணப்படுகின்றன என்றும் வாதிடுகின்றனர். சில சமுதாய மக்கள் அல்லது பழங்குடியினர் ஆண்டாண்டு காலங்களாக வளர்த்துவரும் நாய்கள் தனித்துவமுடையவை போல உள்ளன; அம்மாதிரியான நாய்களுக்குள் உடல் அளவிலும் நிறத்திலும் வேறுபாடுகள் இருக்கலாம், அவ்வளவே என்கின்றனர். ஆனால் இன்று இம்மாதிரியான கருத்தாக்கத்திலிருந்து வெகு தூரம் வந்து விட்டோம். ஜப்பான், பிரேசில் போல உலகின் பல நாடுகளில் உள்ளூர் நாய்களின் உடல் தோற்றமும் அங்க அளவுகளும் கணக்கிடப்பட்டுள்ளன. நம் நாட்டில் 1960களில் இந்திய நாய்கள் காட்சிகளில் பங்கெடுக்க ஆரம்பித்தன. பின்னர் அவற்றின் சராசரி அளவுகள், தராதரங்கள் நிர்ணயிக்கப்பட்டு, பல சார்பினங்கள் தனி இனங்களாக நம் நாட்டளவில் அங்கீகரிக்கப்பட்டன. இதில் Kennel Club of India மேற்கொண்ட முயற்சிகள் முக்கியமானவை.

உள்ளூர் நாயினங்கள் பல இருந்தாலும் அவை எல்லாவற்றையும் பற்றிய விவரங்களையும் தர அளவுகளையும்

பதிவுசெய்ய எந்த முயற்சியும் எடுக்கப்படவில்லை. ஆகவே பலர் தாங்கள் கூறுவதே சரி எனச் சான்றாதாரம் எதும் இன்றி வாதிட்டனர். நாயினங்கள் பற்றிக் குழப்பமான நிலை நிலவியது. இயற்கையியலாளர் மா. கிருஷ்ணன் இந்த விஷயம் பற்றித் தமது அனுபவத்தைப் பதிவுசெய்தார். 1940களில் அவர் பெல்லாரிக்கு அருகே உள்ள சண்டூர் சமஸ்தானத்தில் இருந்தபோது திருநெல்வேலியிலிருந்து ஒரு ராஜபாளையம் நாய்க்குட்டியைத் தருவித்தார். இந்தப் பெட்டைநாய்க்கு சொக்கி என்று பெயரிட்டு வளர்த்தார். அது முழுமையாக வளர்ந்த பின்னும் 56 செ.மீ உயரந்தான் இருந்தது. எடையும் 18 கிலோதான். கிருஷ்ணன் இது உண்மையான ராஜபாளையம்தானா என்று கேட்டு நாய்க்குட்டியை அனுப்பியவருக்குக் கடிதம் போட்டார். ஒரு நாயின் உடலளவு வேறுபடலாம்; அவர் தமக்கு ஐந்தடி உயரமான மனிதர்கள் சிலரைத் தெரியும் என்றும் அவர்களது மனிதத்தன்மையை யாரும் சந்தேகப்பட்டதில்லை என்றும் அனுப்பியவர் பதில் எழுதினார்.

இதில் பரிதாபம் என்னவென்றால் நம் நாட்டு நாயினங்கள் மேல் நாம் அக்கறை காட்டாததால் சில இனங்கள் அற்றுப்போயின. பல உள்ளூர் வகை நாய்கள், மேலை நாட்டு நாய்களுடன் கலப்பினம் செய்யப்பட்டதால் அடையாளம் தெரியாமல் குலைந்துபோயின. மேலை நாட்டு நாயினங்கள் மேல் மக்களுக்கு இருக்கும் ஈர்ப்பு, உள்ளூர் இனங்களை உதாசீனம் செய்யக் காரணம் ஆனது. நூற்றாண்டுகளாக உள்ளூர் இனங்களைப் பாதுகாத்து வந்த கிராமப்புற மக்களும், முக்கியமாக வேட்டையில் ஈடுபாடு கொண்டவர்களும், 1972இல் காட்டுயிர்ப் பாதுகாப்புச் சட்டம் அமலாக்கப்பட்டு வேட்டை அறவே தடைசெய்யப்பட்டபின் இந்த நாய்களிடம் அக்கறை காட்டுவதை நிறுத்திவிட்டார்கள். தமிழ்நாட்டில் நாட்டுநாய்கள் வளர்க்கப்பட்டதன் நோக்கமே வேட்டையாடச் செல்வதுதான். தமிழ்நாட்டு கிராமப்புற கலாச்சாரத்தில், அதிலும் மலை, காடுகளுக்கு அருகே இருந்த கிராமங்களில் கோழிச்சண்டை, ஜல்லிக்கட்டு, ரேக்ளா பந்தயம், இவற்றோடு வேட்டைக்கும் ஒரு சிறப்பு இடம் இருந்தது. 2011இல் சிவகங்கையில் நாட்டுநாய்களுக்கென ஓட்டப்பந்தயம் நடத்தப்பட்டது. ஆனால் இது தொடர்ந்து நடைபெறவில்லை. கடைசியாக 2014ஆம் ஆண்டு நடந்த பந்தயத்தில் முப்பத்துநான்கு நாய்கள் கலந்துகொண்டன என்று அறிகின்றோம்.

சிப்பிப்பாறை, கோம்பை போன்ற தென் தமிழ்நாட்டு நாயினங்கள் வாழும் பகுதி மேற்குத் தொடர்ச்சி மலைகளின் அடிவாரம். இங்கே நூற்றாண்டுகளாகச் சில சமுதாயங்கள் வேட்டையை நம்பியே வாழ்ந்திருந்தன. வலை வைத்துப் பிடித்த

பறவைகள், வேட்டையில் கிடைத்த விலங்குகளின் இறைச்சி, இவற்றை விற்று வயிறு வளர்த்தனர். இன்றைய திருப்பூர் மாவட்டத்தில் தாராபுரத்தில் நான் சிறுவனாக வளர்ந்தபோது எங்கள் வீட்டிற்குக் காடை, கௌதாரி, காட்டுமுயல், இவற்றை வேட்டைக்காரர்கள் விற்பதற்கு வந்தது என் நினைவில் இருக்கின்றது. இன்று மின்வேலி, விளக்குகள், மின்சுற்றுத் தொலைக்காட்சி (CCTV) போன்ற உபகரணங்கள் புழக்கத்தில் வந்தபின் நாட்டுநாய்கள் ஈடுபடுத்தப்பட்ட காவல் போன்ற வேலைகளுக்கு அவை தேவையில்லாமல் ஆகிவிட்டன.

எனினும் இமயமலையைச் சேர்ந்த சில இந்திய நாய்கள் பன்னாட்டளவில் நல்ல கவனிப்பைப் பெற்றிருக்கின்றன. லாசா அப்சோ (Lhasa Apso), திபெத்திய டெரியர் (Tibetan terrier) போன்ற இன நாய்கள் ஐரோப்பியர்களின், அமெரிக்கர்களின் கவனத்தை ஈர்த்ததால் மேலை நாடுகளுக்குக் கொண்டுசெல்லப்பட்டன. அங்கே இந்த இனங்களைப் பாதுகாக்க, பராமரிக்க நிறுவனங்கள் உருவாகியிருக்கின்றன. லண்டனுக்கு அருகில் ஆண்டுதோறும் நடைபெறும் உலகிலேயே பெரிய நாய்க் கண்காட்சியான க்ரஃப்ட்டில் (Crufts Dog Show) 25,000 நாய்கள் வெவ்வேறு பரிசு களுக்குப் போட்டியிடும். இதில் இரண்டு இந்திய நாயினங்கள் முதற்பரிசு பெற்றிருக்கின்றன. 1984இல் ஒரு லாசா அப்சோவும் 2007இல் ஒரு திபெத்திய டெரியரும் போட்டியில் கலந்துகொண்ட எல்லா நாய்களைக் காட்டிலும் சிறந்தவை என்று தேர்வு செய்யப்பட்டன. 2012ஆம் ஆண்டிலும் ஒரு லாசா அப்சொ இன நாய் Best in Show எனும் முதற்பரிசைப் பெற்றது. என்றாலும் பெல்ஜியத்தில் உள்ள பன்னாட்டு நாய்கள் அமைப்பு (Federation Cynologique Internationale) எந்த இந்திய நாயினத்திற்கும் தனி இனம் என்ற அங்கீகாரத்தை அளிக்கவில்லை. பிரசல்ஸ் நகரிலுள்ள இந்த நிறுவனம் இதுவரை எண்பது உறுப்பினர் நாடுகளிலுள்ள 343 இனங்களை தனித்துவமானவையாக ஏற்றுக்கொண்டுள்ளது. இதில் இந்தோனேசியாவில் உள்ள கிண்டாமனி பாலி (Kintamani Bali) இனமும் தைவான் நாயும் ஜப்பானின் புகழ் பெற்ற அகிட்டா (Akita) நாயும் அடங்கும்.

இந்தப் பகுதியை முடிக்குமுன் அண்மையில் நாய்களுக்குக் குருதியேற்றம் பற்றி அறியப்பட்ட ஒரு விவரத்தைப் பற்றிக் கூற வேண்டும். இலங்கையில் இந்திய அமைதிப்படை (Indian Peace Keeping Force) இயங்கிய ஆண்டுகளில் (1987 – 1990) இந்திய ராணுவ வீரர்கள் நாற்பத்திரண்டு நாய்களைக் கூட்டிச்சென்றனர். இவை லாப்ரடார் (Labrador), அல்சேஷன் (alsatian) இனங்களைச் சேர்ந்தவை. பதுங்கு குழியிலும் நிலத்தடிக் காப்புமனைகளிலும்

(bunker) பல நாட்கள் இருந்ததால் உண்ணிக் காய்ச்சல் (Ehrilichiosis) தாக்கி நாய்கள் ரத்த சோகையால் அவதிப்பட்டன. இதற்கு ஒரு முக்கிய சிகிச்சை, ரத்தம் கொடுப்பதுதான். சென்னை அரசு கால்நடை மருத்துவமனையில் நாய்களுக்குக் குருதியேற்ற வசதி அண்மையில் செய்யப்பட்டுள்ளது. இலங்கையிலிருந்து ராணுவ நாய்கள், இரண்டிரண்டாகச் சென்னைக்குக் கொண்டுவரப் பட்டன. இந்த நாய்களுக்குக் குருதியேற்றம் செய்து பராமரித்தவர் ரத்த வங்கி அதிகாரியான மருத்துவர் A. பரணிதரன். நாய்களில் எட்டுக்கும் மேற்பட்ட ரத்த வகைகள் (blood groups) இதுவரை அறியப்பட்டிருக்கின்றன என்கின்றார் இவர். நாய்களுக்குக் குருதியேற்றம் செய்வது பற்றி ஒரு கையேடு எழுதியிருக்கும் இவர் ராணுவ நாய்களுக்கு ரத்தம் கொடுக்கப் பல இன நாய்களை சோதித்துப் பார்த்துச் சிப்பிப்பாறை நாய்கள்தாம் மிகவும் பொருத்தமானவை என்ற முடிவிற்கு வந்தார். இந்த நாய்களின் ரத்தம் மற்ற எந்த இன நாய்க்கும் பொருந்தும் (universal donor). சிப்பிப்பாறை நாய்கள் மூலம் ராணுவ நாய்களுக்கு இங்கு குருதியேற்றம் செய்யப்பட்டது. உலக ரத்ததான நாளான 14 ஜூன் 2016 அன்று, ராணுவ நாய்களுக்குச் சென்னையில் ரத்ததானம் செய்த மணி, ரஸ்டி என்ற பெயர்கள் கொண்ட இரண்டு சிப்பிப்பாறை நாய்கள் கால்நடை மருத்துவக் கல்லூரியில் நடந்த ஒரு நிகழ்வில் கௌரவிக்கப்பட்டன. சென்னையில் உள்ள நாயின ரத்த வங்கி அதிநவீன உபகரணங்களைக் கொண்ட பரிசோதனைக்கூடம். இங்கே மற்ற இந்திய இன நாய்களின் ரத்தம் பற்றி ஆய்வு மேற்கொள்ளப்பட்டுள்ளது.

உள்ளூர் நாய்கள் மீதான அலட்சியம்

இந்த நூலை நான் எழுதத் தொடங்கியபோது சில நாயினங்கள் அற்றுப்போய்விட்டதையும் சில பிரசித்தி பெற்ற இனங்கள் அழிந்துகொண்டிருப்பதையும் அறிந்து வருத்தமடைந்தேன். 18ஆம் நூற்றாண்டில் ஒரு பிரெஞ்சுப் பயணி இந்தியாவில் பல இடங்களுக்குச் சென்று ஐம்பது நாயினங்களைப் பதிவுசெய்தார் என்று அறிகின்றோம். இவர் பார்த்த நாய்களில் ஒன்று 'லுட்' என்ற இளமஞ்சள் நிற நாய். அதுபோலவே தஞ்சாவூர்ப் பகுதியில் இருந்த அலங்கு என்ற நாயினமும் சபரிமலைக் காட்டுப் பகுதியில் இருந்த மலப்பட்டி என்ற நாயும் இன்று இல்லை. இமயமலைப் பகுதியில் இருந்த பல்லார் நாய், மஹாராஷ்டிராவில் காணப்பட்ட மராத்தா நாய் (Maratha hound), கெசல் நாய் (gazelle hound), தமிழ்நாட்டில் இருந்த செங்கோட்டை நாய் போன்றவை முற்றிலும் அற்றுப்போய்விட்டன. நம் நாட்டின் புகழ்பெற்ற இனங்களான ராம்பூர் நாயும் கோம்பை நாயும்கூடச் சரியாகக் கவனிக்கப் படுவதில்லை. மணிப்பூரில் திரட்சியான உடலும் தொங்கு காதுகளும் கொண்ட தாங்குல் ஹுயி (Thangkul Hui) என்ற நடுத்தர அளவு நாய் இருக்கிறது என்றும் கவனிப்பார் யாருமில்லை என்றும் அறிகின்றேன்.

உள்ளூர் நாய்கள் மெல்ல மெல்ல அழிவதற்குப் பல காரணங்கள் உண்டு. அதில் முக்கியமானது காலனி ஆட்சி வந்த பின்னர் பெருமளவில் மேலை

நாடுகளிலிருந்து நாய்கள் இறக்குமதி செய்யப்பட்டதுதான். உள்ளூர் நாய்கள் மீது யாரும் அக்கறை காட்டவில்லை. வசதி படைத்தவர்களும் அதிகாரத்தில் இருந்தவர்களும் மேலை நாட்டு நாயினங்களையே கொண்டாடினார்கள். அவை பயன்பாட்டுப் பிராணிகளாக இருந்தாலும் அரசாங்கம் உள்ளூர் நாய்களைப் பற்றிக் கிஞ்சித்தும் கவலைப்படவில்லை. அதே கொள்கையை நம் சமஸ்தான மன்னர்கள் பின்பற்றினார்கள், வெகு சிலரைத் தவிர. இந்தியாவில் பிரித்தானிய அரசுக் காலத்தில் இருந்த 565 சமஸ்தானங்களில் அரிதாகச் சிலரே – ராம்பூர் நவாப் ராம்பூர் நாயையும் கோலாப்பூர் மகாராஜா முதோல் நாயையும் – பராமரித்தார்கள். இந்தியா சுதந்திரம் அடைந்து, மன்னர்களின் செல்வாக்கு மங்கியபின் இந்தக் கொஞ்சநஞ்ச கவனிப்பும் மறைந்துபோனது. மன்னர்களுக்கு உருவான பல பிரச்சினைகளுக்கு நடுவே நாய்களைக் கவனிக்க நேரமில்லாமல் போயிற்று.

அண்மைக் காலத்தில் வேறு சில காரணங்களால் நாட்டு நாய்கள் கவனிக்கப்படவில்லை. முன்னர் கூறியபடி காட்டுயிர்ப் பாதுகாப்புச் சட்டத்தின் மூலம் வேட்டை தடைசெய்யப்பட்டது நாட்டு நாய் வளர்ப்பைப் பாதித்தது. அதிலும் கிராமப்புறத்தில் அந்த சட்டத்தின் தாக்கம் அதிகமாக இருந்தது. வெளிநாட்டு நாயினங்களுடன் கலப்பு இனப்பெருக்கம் செய்ததால் உள்ளூர் நாயினங்களின் தனித்துவம் மெல்ல மெல்ல அழிந்துபோனது.

உள்ளூர் நாயினங்களை மீட்டெடுக்கும் முயற்சிகள்

ஜப்பானின் அகிட்டா (Akita), ஷிபா இனு (Shiba Inu) போன்றும் சீனாவில் ஷார் பெய் (Shar Pei), பீக்கிங்கீஸ் (Pekingese), பக் (pug), ஷி ட்சு (She Tzu) போன்ற உள்ளூர் நாயினங்கள் பாரம்பரியம் எனப் போற்றப்பட்டு மிகுந்த கவனத்துடன் அங்கே இனப்பெருக்கம் செய்யப்பட்டுப் பாதுகாக்கப்படுகின்றன. ஆனால் நம் நாட்டில் நம் நாய்களைப் பற்றி நாம் சிறிதும் கவலைப்படவில்லை. அவ்வப்போது தனிப்பட்ட முறையிலும் ஒரு நிறுவனத்தின் மூலமும் சில முயற்சிகள் மேற்கொள்ளப்பட்டன. 1960களின் சில ஆர்வலர்கள் இந்த உள்ளூர் நாயினங்களைக் காக்க வேண்டும் என்று முதல் கட்டமாக அவை தனி இனங்களாக அங்கீகரிக்கப்பட வேண்டும் என்றனர். இதன் பலனாக முதல் படியாக நாய்க் கண்காட்சிகளில் சில குறிப்பிட்ட நாயினங்களை – உதாரணமாக, ராம்பூர் நாய் – காட்ட அனுமதி கிடைத்தது. முதலில் அவற்றைக் காட்சிக்கு வைக்க மட்டுமே அனுமதி கிடைத்தது. கண்காட்சியில் இடம் கிடைத்ததும் அடுத்த கேள்வி இந்த இனங்களின் வரையளவுகள், தரம்

என்ன என்பவை நிர்ணயிக்கப்பட வேண்டுமே. 1980களின் ஆரம்பத்தில் ஹிமாலயன் மாஸ்டிஃப் (Himalayan mastiff), கோம்பை போன்ற இன்னும் சில உள்ளூர் நாய்கள் நாய்க் காட்சியில் அனுமதிக்கப்பட்டன; போட்டியிலும் பங்கெடுத்தன. 1981இல் கோலாப்பூர் நாய்க் கண்காட்சியில் நாற்பது காரவான் (Caravan) நாய்கள் பங்கேற்றன. 1984இல் பத்து உள்ளூர் நாய்களுக்கு வரையளவு நிர்ணயிக்கப்பட்டு இந்திய அளவில் அவை தனி வளர்ப்பினங்களாக அங்கீகரிக்கப்பட்டன.

1981இல் தமிழ்நாட்டில் கால்நடைத் துறை அமைச்சராக இருந்த கோமதி ஸ்ரீனிவாசன் நம் நாட்டு நாய்களில் ஆர்வம் கொண்டவர். அவர் சென்னையில் நாட்டு நாய்களை இனவிருத்தி செய்ய சைதாப்பேட்டையில் ஒரு மையத்தைத் தோற்றுவித்தார். முதலில் இங்கு ராஜபாளையம், ராம்பூர், கோம்பை நாய்கள் இனவிருத்தி செய்யப்பட்டன. நாய் ஆர்வலர்கள் தங்கள் பெயரைப் பதிவுசெய்து குட்டிகள் ஈன்றப்பட்டபின் அவற்றை வாங்கிச் சென்றனர். 1985இல் நான் இந்த மையத்தைப் பார்க்கப் போனபோது, நாய்கள் கூண்டுகள் போன்ற அறைகளில் அடைத்து வைக்கப்பட்டிருந்தாலும் உணவு கொடுப்பதும் மற்ற பராமரிப்பும் ஓரளவு நல்ல முறையில் இருந்தன. நாய்களுக்கு உடற்பயிற்சி எதுவும் இல்லாதது தோற்றத்திலேயே தெரிந்தது. இப்படி இருந்தும் நாய்க் குட்டிகளுக்கு 130 பேர் பதிவுசெய்திருந்தனர். சில ஆண்டுகள் கழித்து, 2012இல் அரசின் கவனம் இந்த மையத்தின்பால் சென்றது. இதன் மேம்பாட்டிற்காக முப்பது லட்சம் ரூபாய் ஒதுக்கப்பட்டது. இருந்தாலும் இங்கு இந்திய நாயினங்கள்மேல் கவனம் குறைந்து மேலை நாட்டு நாய்களை இனவிருத்தி செய்ய ஆரம்பித்தனர். 2012இல் இந்த மையத்திலிருந்து ஐம்பது குட்டிகள் விலைபோயின.

நிலைமை இப்படியிருக்க, பீட்டா எனும் அமைப்பு (People for the Ethical Treatment of Animals, PETA), இந்திய பிராணி நல வாரியத்தின் (Animal Welfare Board of India) அனுமதியுடன் அணுகி இந்த மையத்தை ஆய்வுசெய்து அது சரிவர நடத்தப்படவில்லை என ஓர் அறிக்கையை வாரியத்திடம் சமர்ப்பித்தது. வாரியம் இந்த அறிக்கையைச் சுட்டிக்காட்டி இந்த மையம் மூடப்பட வேண்டும் என்று தமிழக அரசுக்குக் கடிதம் எழுதியது. ஆனால் மையம் மூடப்படவில்லை. 2014இல் பீட்டா இந்தப் பிரச்சினையை, இந்த மையம் மூடப்பட வேண்டும் என்ற வேண்டுகோளுடன் சென்னை உயர்நீதிமன்றத்திற்கு எடுத்துச்சென்றது. இதற்கு எதிராகத் தமிழ்நாடு கோம்பை வளர்ப்போர் சங்கம் (Tamil Nadu Kombai Dog Revival Foundation) இதை மூடக்கூடாது என்று முறையிட்டது. நீதிமன்றம் பின்வரும் தீர்ப்பை அளித்தது:

“உள்ளூர் நாய் இனப்பெருக்க மையம் மூன்று மாதங்களுக்குள் நிலைமையைச் சீர்செய்து எதற்காக அது நிறுவப்பட்டதோ அந்த நோக்கத்தை நோக்கித் தொடர வேண்டும். பிராணி நல வாரியம் மூன்று மாதம் கழித்து இந்த மையத்தை ஆய்வுசெய்து நீதிமன்றத்திற்கு ஓர் அறிக்கையைத் தர வேண்டும். மையத்தின் தரம் உயர்த்தப்படாவிட்டால் அது மூடப்பட வேண்டும்.” மையத்தில் எந்த விதமான முன்னேற்றமும் ஏற்படுத்தப்படவில்லை என்றாலும் அது மூடப்படவில்லை. ஆனால் 2016ஆம் ஆண்டு டிசம்பர் 4ஆம் தேதியன்று சென்னை உயர்நீதிமன்றம் இந்த இனப்பெருக்க மையம் மூடப்பட வேண்டும் என்று உத்தரவிட்டது.

அண்டை மாநிலமான கர்நாடகாவில் உள்ளூர் நாயினமான முதோலைப் பாதுகாக்க எடுத்த முயற்சிகள் இந்தத் தளத்தில் முன்மாதிரியாக அமைந்துள்ளன. முதலில் கர்நாடகத்தில் உள்ள முதோல், காரவான் இன நாய்களை மைசூர் நாய் மன்றம்தான் (Mysore Kennel Club) நாய்க் கண்காட்சிகளில் அறிமுகப்படுத்தியது. இந்த இனங்களைப் பராமரிக்க, கவனிப்புக்குக் கொண்டுவர இது முதல் படியாக இருந்தது. முதோல் இனம் போட்டிகளில் பங்கேற்றுப் பரிசு பெற அனுமதிக்கப்பட்டது. 1995இலிருந்து முதோல் இனம் நாய்க் கண்காட்சிகளில் தவறாமல் காட்டப் படுகின்றது. இதனால் அந்த நாய் அதன் சொந்த இடமான பீஜப்பூர் மாவட்டத்திற்கும் வெளியே பிரசித்தி பெற ஆரம்பித்துப் பலர் போட்டி போட்டுக்கொண்டு முதோல் நாய்களை வளர்க்க ஆரம்பித்தனர். முதோலில் ஜில்லா பரிஷத் இந்த நாயினங்களுக்கென நடத்திய போட்டியில் 350 நாய்கள் கலந்துகொண்டன. 2014ஆம் ஆண்டிலிருந்து தவறாமல் ஒவ்வொரு ஆண்டும் பெங்களூருவில் இந்திய நாய்க் கண்காட்சியானது போட்டி, பரிசுகளுடன் மைசூர் நாய் மன்றத்தால் நடத்தப் படுகின்றது.

உள்ளூர் நாய்களைப் பாதுகாக்க இந்தியாவிலேயே சிறந்த முன்னெடுப்பு கர்நாடகத்தில் கோவிந்த் கர்ஜோல் என்ற சமூக நல அமைச்சரால் 2011ஆம் ஆண்டு எடுக்கப்பட்டது. கர்நாடக கால்நடை மீன்வளப் பல்கலைக்கழகமும் (Karnataka veterinary, Animal husbandry and Fisheries Sciences University, KVAFSU) முதோல் இனத்தை அழியாமல் காப்பதில் ஆர்வம் காட்டியது. முதோல் இனம் கர்நாடகத்தின் ஒரு பாரம்பரியமாக அறியப்பட ஆரம்பித்தது. பாகல்கோட் அருகே மாநில அரசு 40 ஏக்கர் நிலத்தை ஒதுக்கியதல்லாமல் 5 கோடி ரூபாயையும் இந்த நாய் இனத்தை விருத்திசெய்ய அளித்தது. இந்த மையம் 2011இல் செயல்படத் தொடங்கியது. 2015இல் இங்கு 28 நன்கு வளர்ந்த நாய்கள் இருந்தன. அவை தென்னிந்தியாவில் பல நகரங்களில்

நடக்கும் நாய்க் கண்காட்சிகளில் காட்சிபடுத்தப்பட்டன. இந்த மையத்தில் நாய்கள் ஓடியாட வேண்டுமளவு இடம் உள்ளது. குட்டிகளை ஈனும் இடம் ஒன்று (whelping centre) நவீன வசதிகளுடன் அமைக்கப்பட்டுள்ளது. இந்த மையத்திலிருந்து மருத்துவர்கள் கிராமங்களுக்குச் சென்று அங்கு வளர்க்கப்படும் முதோல் நாய்களுக்குத் தடுப்பூசிகள் போட்டு மருத்துவ உதவிகளையும் செய்கின்றனர்; நாய்களுக்கு நுண்சில்லுகளை இலவசமாகப் பதிக்கின்றனர்.

நுண்சில்லு (microchip) என்பது ஓர் எண், நாயின் இனம், உரியவர் போன்ற விவரங்கள் அடங்கிய சிறு தகடு. இது நாயின் மேல் கழுத்தில், தோலுக்கு அடியில் பொருத்தப்படுகின்றது. இந்த விவரங்கள் பன்னாட்டு அளவிலான ஒரு தரவுத்தளத்தின் (database) பகுதியாக அமைகின்றது. நம் நாட்டில் இந்த முறை 1998ஆம் ஆண்டிலிருந்து பின்பற்றப்படுகின்றது. தமிழ்நாட்டிலும் கடந்த சில ஆண்டுகளில் நூற்றுக்கணக்கான உள்ளூர் நாய்களுக்கு நுண்சில்லு பொருத்தப்பட்டது. இதன் பயன் நாயின் இனத்தையும் உரியவரையும் பதிவுசெய்வது. இது தரமான இனப்பெருக்கத்திற்கும் வழிவகுக்கும்.

முதோல் நாய்கள், பெங்களூரு நாய்க் கண்காட்சியில்

அது மட்டுமல்ல, நான்கு கால்நடை ஆய்வாளர்கள் வட கர்நாடகத்தின் பல கிராமங்களுக்குப் பயணம்செய்து முதோல்

நாய் உரிமையாளர்களைச் சந்திக்கின்றார்கள், இதுவரை 700 பேரைப் பதிவுசெய்திருக்கின்றார்கள். ஒரு குடும்பத்தில் இரண்டு ஆண் நாய்களும் இரண்டு பெட்டை நாய்களும் இருந்தால் அவர்கள் இந்தப் பட்டியலில் இடம்பெற்று முதோல் நாயின இனப்பெருக்கச் சங்கத்தில் உறுப்பினர்கள் ஆக்கப்படுகின்றனர். இவர்களுக்குக் கொடுக்கப்படும் ஓர் ஊக்கத்தொகையுடன் கால்நடை மருத்துவர்கள் அவர்கள் வீடுகளுக்குச் சென்று நாய்ப் பராமரிப்பு பற்றியும் சரியான இனப்பெருக்க முறைகள் பற்றியும் சொல்லிக்கொடுக்கின்றனர். பயிற்சி வகுப்புகளும் நடத்தப்படுகின்றன. இதில் நாம் நினைவில் கொள்ள வேண்டியது என்னவென்றால், முதோல் நாயை வளர்ப்பவர்களில் பெரும்பாலானோர் பட்டியல் வகுப்புகளை (SC/ST) சேர்ந்தவர்கள். இந்தச் செயல்திட்டத்திற்கு நிதியும் பட்டியல் வகுப்பினர் மேம்பாட்டுக்கு என்ற தலைப்பின் கீழ்தான் ஒதுக்கப்படுகின்றது.

இந்திய வேளாண்மை ஆராய்ச்சிக் கழகம் (Indian Council of Agricultural Research) தில்லியில் உள்ள இந்தத் திட்டத்தை ஆதரிக்க முன்வந்திருப்பது நல்ல செய்தி. அதன் மற்ற செயலாக்கத் தளம் கால்நடைகளைப் பற்றியதாக இருந்தாலும், ஏழை விவசாயிகளுக்கு முதோல் திட்டம் உதவுவதால் இதை ஏற்றுக்கொள்கின்றது; முதோல் நாயை விவசாயிகளின் தோழனாகப் பார்கின்றது. இந்த நாய்களை வளர்ப்பவர்களுக்கு ஊக்கத்தொகை கொடுப்பதுடன், இவை சரியான முதோல் இனத்தைச் சேர்ந்தவை என்பதற்கு ஆதாரம் இருப்பதால் இந்த நாய்களின் குட்டிகளை நல்ல விலைக்கு விற்க ஏற்பாடுகளும் செய்யப்பட்டிருக்கின்றன. குட்டிகளின் இனம் பற்றிய சான்றிதழும் தரப்படுகின்றது.

இதேபோன்று கர்நாடகத்தில் இன்னொரு முயற்சியும் மேற்கொள்ளப்பட்டிருக்கின்றது. பீதர் நகரிலுள்ள கர்நாடக கால்நடை விலங்கு மற்றும் மீன் அறிவியல் பல்கலைக்கழகமும் (The Karnataka Veterinary Animal and Fisheries Science University) முதோல் நாயினத்தில் அக்கறை காட்டி, 2009ஆம் ஆண்டு முதோல் நகருக்கு அருகில் உள்ள திம்மாப்பூர் என்ற கிராமத்தில் நாயினத் தகவல் மற்றும் ஆய்வு மையத்தை (Canine Research and Information Centre) நிறுவியது. இந்த மையம் நாய்களுக்கு நுண்சில்லு பொருத்துவதுடன், இனச் சான்றிதழையும் கொடுக்கின்றது. இந்த இனம் பற்றிய விவரங்களைப் பதிவுசெய்கின்றது. கர்நாடகத்தில் மேற்கொள்ளப்பட்ட இந்த முயற்சிகள் எல்லா மாநிலங்களுக்கும் ஒரு முன்மாதிரியாக அமைகின்றது.

இதைத் தவிர, பெங்களூருவில் இந்திய நாயினங்களில் ஆர்வம் கொண்ட சிலர், 2013இல் மருத்துவர் பி.சி. ராமகிருஷ்ணா

தலைமையில் கூடி இந்திய நாயினங்கள் அமைப்பை (Society for Indian Breeds of Dogs) தோற்றுவித்தனர். இந்த நிறுவனம் மாநில அரசிடம் பதிவுசெய்யப்பட்டு, இந்திய நாய் மன்றத்துடன் (Kennel Club of India) இணைக்கப்பட்டுள்ளது. உள்ளூர் நாயினங் களைப் பேண, பாதுகாக்க நாய்க் கண்காட்சிகள் நடத்துவதும் நாயினங்களின் மூலக்கூறுகளை (DNA) ஆராய்வதும் இதன் நோக்கங்கள். இந்த அமைப்பு எடுத்துக்கொண்ட பணிகளில் ஒன்று ஆஃப்கானிஸ்தான், நேபாளம், மியான்மர் ஆகிய நாடுகளில் இருக்கும் உள்ளூர் நாய்களை ஆராய்ந்து பராமரிப்பது. ஏனென்றால் இந்த நாடுகளில் இருக்கும் இனங்கள் இந்திய நாயினங்களுடன் நெருங்கிய தொடர்புடையவை. இந்த அமைப்பு, *2014*இல் இந்திய நாய் மன்றத்துடன் இணைந்து பாகல்கோட்டில் இந்திய நாயினங்களுக்கென ஒரு தனி நாய்க் கண்காட்சி நடத்தியது. இந்தக் கண்காட்சி இந்திய நாயினப் பராமரிப்புக்கு ஓர் உந்துதல்போல் அமைந்தது. இதைப்போலவே மற்ற இடங்களிலும் நாய்க் கண்காட்சிகள் நடத்தப்பட்டன. பல ஆர்வலர்கள் இந்த நிகழ்வுகளில் கலந்துகொண்டனர்.

நடுவர் ஆண்ட்ரூ பிரௌன், இந்திய நாய்களுக்கான கண்காட்சியில், நாகர்கோவில்

*2016*இல் நாகர்கோவிலில் நடந்த ஒரு உள்ளூர் நாய்க் கண்காட்சிக்கு நான் சென்றிருந்தேன். அதில் வேட்டை நாய் நிபுணர் ஆண்ட்ரூ பிரவுன் (Andrew Brown) ஒரு நடுவராக வந்திருந்தார். அவர் என்னிடம் இந்திய நாயினங்களைப் பற்றி

மிகவும் சிலாகித்துப் பேசினார். அதிலும் தென்னிந்தியாவில் இருக்கும் நாய்கள் “பார்வை நாயின் எல்லா நற்குணங்களையும் உடையவையாக இருக்கின்றன” என்றார். அந்த நிகழ்வில் ஒரு ராஜபாளையமும் ஒரு பஷ்மியும் வேட்டை நாய்ப் பிரிவில் பரிசு பெற்றன. அந்தப் போட்டியில் கோம்பை, முதோல், காரவான், சிப்பிப்பாறை இன நாய்களும் கலந்துகொண்டன.

2002இல் செகந்தராபாதில் சில உள்ளூர் நாயின ஆர்வலர்கள், ஆர். உபேந்திர ரெட்டியின் தலைமையில் கூடி இந்தப் பகுதியில் எஞ்சியிருந்த இனங்களைக் காப்பாற்ற ஓர் அமைப்பை ஏற்படுத்தினார்கள். இந்திய நாயினச் சங்கம் (Ethnic Indica Canine Society) என்ற இந்த அமைப்பு ஆந்திரப் பிரதேசத்தில் உள்ள நாட்டு நாய்களை மதிப்பாய்வு செய்தது. இதற்காக விவரம் தெரிந்தவர்கள் அடங்கிய ஒரு குழு அமைத்து காரவான், பஷ்மி, பண்டிகொண்டா, ஜோனங்கி என்ற அந்தப் பகுதியைச் சேர்ந்த நான்கு நாயினங்களைத் தேடிச்சென்றார் ரெட்டி. இந்த முயற்சியில் அவர்களுக்கு ரகுநாத் பாட்டீல் உறுதுணையாக இருந்தார். காரவான், பஷ்மி நாய்களை வைத்திருக்கும் இவர் 2002ஆம் ஆண்டு டிசம்பர் மாதம் 30ஆம் நாள் லாட்டூரிலிருந்து 30 கி.மீ. தொலைவில் இருக்கும் பஷ்மி இனத்தின் ‘சொந்த ஊர்’ என்று அறியப்படும் ஜான்வல் என்ற கிராமத்தில் ஓர் உள்ளூர் நாய்க் கண்காட்சியை நடத்த உதவிசெய்தார். KCIஇன் பிரசித்தி பெற்ற நடுவர்களான நவாப் நாசீர் யார் ஜங், ஜி.வி.என். கிருஷ்ணா ராவ் ஆகியோர் இந்தக் கண்காட்சியில் பங்கேற்றனர். நாந்தேட், பீஜப்பூர், உஸ்மானாபாத் போன்ற நகரங்களிலிருந்து நாய் உரிமையாளர்கள் 110 காரவான் நாய்களைக் கொண்டுவந்து நிகழ்வில் கலந்துகொண்டனர். இங்கு நாய் வளர்ப்பு, இனவிருத்தி, பேணுதல், இவற்றைப் பற்றி உரிமையாளர்களுக்கு சொல்லித்தரப்பட்டது.

எந்த நிறுவனத்தையும் சாராமல் சிலர் உள்ளூர் நாய்களை பராமரித்தனர். சென்னையில் மனநோய் மருத்துவர் பிரபாகரன் டேவிட் போவாஸ் வேளச்சேரி – தாம்பரம் சாலையில் ஒரு ஓடியாட பரந்த இடம் கொண்ட பண்ணையில் கோம்பை, கன்னி, சிப்பிப்பாறை நாய்களை வளர்த்தார். தனது நாய்பண்ணைக்கு திராவிட கென்னல் என்று பெயரிட்டிருந்த இவர், 1990இன் இறுதி ஆண்டுகளில் தன் நாய்களை சென்னை நாய்க்கண்காட்சியில் காட்ட ஆரம்பித்தார். உள்ளூர் நாய்கள் பற்றிய ஒரு புரிதல் உண்டானது. 2012 அவர் காலமான பின்னர், மூன்று ஆண்டுகளில் இந்த பண்ணை மூடப்பட்டது.

மார்ச் 2005இல் KCIஇன் சென்னைக் கிளை ராஜபாளையம் நாய்களின் அபிவிருத்திக்காக ஒரு செயல்திட்டத்தைத் தொடங்கியது.

இதன் அடையாளமாக ஒரு ஜோடி ராஜபாளையம் நாய்க்குட்டிகள், மன்றத்தின் செயலாளரான சி.வி. சுதர்சனுக்கு அளிக்கப்பட்டன. இவர் தலைமையில் கிழக்குக் கடற்கரைச் சாலையில் ஒரு பண்ணையில் இந்த நாய்கள் வளர்க்கப்படுகின்றன. உள்ளூர் நாயினங்களைப் பராமரிக்க சீரிய முயற்சிகள் எடுத்துவரும் சுதர்சன், 2015இல் நாகர்கோவிலில் நாட்டு நாய்களுக்கென ஒரு முகாம் நடத்தி, அங்கு கொண்டுவரப்பட்ட நாய்களுக்கு நுண்சில்லு பொருத்தி, பதிவுசெய்தார். மற்ற நாய்களுக்கு விதிக்கப்படும் பதிவுக் கட்டணம் இல்லாமல் இது இலவசமாக செய்யப்பட்டது. இந்த நாய் இந்த இனத்தை சேர்ந்தது என்பதை இத்தகைய பதிவு உறுதிசெய்து ஒரு சான்றிதழ் வழங்கப்படும். இதேபோல ராஜபாளையத்திலும் உள்ளூர் நாய்களுக்கென ஒரு முகாம் நடத்தப்பட்டது.

அண்மையில் சில தன்னார்வக் குழுக்களும் இந்தத் தளத்தில் ஈடுபாடு கொண்டுள்ளன. மதுரையிலிருந்து செயல்படும் சேவா (SEVA)எனும் அமைப்பு உள்ளூர் கால்நடை, நாயினம் ஆகியவற்றில் அக்கறை காட்டுகின்றது. சென்னையில் உள்ள தேசிய பல்லுயரிய மையத்துடன் (National Biodiversity Authority) சேர்ந்து உள்ளூர் நாயினங்களைக் காப்பாற்ற முயற்சி எடுத்துவருகின்றது. 2013இல் ராஜபாளையத்தைச் சேர்ந்த பொன் இளங்கோ என்பவருக்கு ராஜபாளைய இன நாய்களைச் சீரிய முறையில் இனவிருத்தி செய்துவருவதற்காக ஒரு பரிசு அளித்துக் கௌரவித்தது. இதே போல உத்தரப் பிரதேசத்தில் உள்ள சாரநாத்தில் செயல்பட்டுவரும் சர்வோதய சேவா சமஸ்தா, அந்தப் பகுதி நாயினங்களில் அக்கறை காட்டுகின்றது.

இந்தத் தளத்தில் ஒரு முன்னோடித் திட்டம் 2014இல் மதுரையில் தொடங்கப்பட்டது. ஹரியானாவில் கர்னால் நகரிலுள்ள தேசிய விலங்கு மரபணு மையம் (National Bureau of Animal Genetics Rseearch) தென் தமிழ்நாட்டில் உள்ள ராஜபாளையம், சிப்பிப்பாறை நாய்களின் தராதரத்தை நிர்ணயிக்கும் பணியில் ஈடுபட்டது. கால்நடை மருத்துவர் கே.என். ராஜா தலைமையில் ஒரு குழு திருநெல்வேலி, மதுரை மாவட்டங்களில் இந்த இன நாய்களை வைத்திருப்போரைத் தொடர்பு கொண்டு தகவல் திரட்டியது. நாய்களின் உடலளவுகள், மேற்போர்வை நிறம், எடை, எந்தச் சமுதாய மக்கள் அவற்றை வளர்க்கின்றார்கள் என்பவை போன்ற விவரங்கள் சேகரிக்கப்பட்டன. அமெரிக்க நாய் மன்றம் (American Kennal Club) வகுத்திருக்கும் தரங்கள் கொண்ட, நாயினங்களின் வரையறைகளை ஆதாரமாகக் கொண்டு இந்தக் குழு செயல்பட்டது. இந்த இரு நாயினங்களையும் மரபணு

ரீதியாக ஆய்வுசெய்ய இக்குழு திட்டமிட்டிருந்தது. ஆனால் இதை மேற்பார்வை செய்துவந்த இந்திய வேளாண்மை ஆராய்ச்சிக் கழகம் (Indian Council of Agricultural Research) இந்தச் செயல்திட்டத்தைத் தொடர வேண்டாம் என்று முடிவுசெய்தது.

ராஜபாளையம் இனத்தைப்பற்றி இக்குழுவின் அவதானிப்புகள் *Indian Journal of Animal Sciences (April, 2017)* என்ற சஞ்சிகையில் Phenotypic Characterization of Rajapalayam Dog of Southern India என்ற தலைப்பின் கீழ் வெளியானது. (தலைப்பை பார்த்து பயந்து விட வேண்டாம். இது படிக்க எளிதான கட்டுரைதான்.) இந்திய நாயினங்களைப்பற்றி விவரங்கள் தேடிக்கொண்டிருந்தபோது இம்மாதிரியான இன்னொரு The Kanni Dog என்று தலைப்பிட்ட கட்டுரையை *The Indian Veterinary Journal (90)* சஞ்சிகையில் படித்தேன். நம்மூர் நாய்களைப்பற்றி அறிவியல் சார்ந்த வேறு எந்த கட்டுரையையும் நான் பார்த்ததில்லை.

கடந்த சில ஆண்டுகளில், மேற்கண்ட நிறுவனங்களின் பணிகளால் உள்ளூர் நாயினங்களில் ஆர்வம் சிறிது சிறிதாக வளர்ந்துவருவதைக் காண்கின்றோம். த ஹிண்டு ஆங்கில நாளிதழில் பி. கோலப்பன் உள்ளூர் நாய்களைப் பற்றித் தரமான கட்டுரைகளை எழுதிவருகின்றார். சமூக ஊடகமும் நல்ல பங்காற்றிவருகின்றது. சில குறிப்பிட்ட நாயினங்களுக்காக ஃபேஸ்புக் குழுக்கள் இயங்கிவருகின்றன.

உள்ளூர் நாயினங்களைப் பற்றிய விவரங்களைப் பரப்புவதில் சமூக ஊடகங்கள் இன்று பயன்படுத்தப்படுகின்றன. நாய் உரிமையாளர்கள் மற்ற ஆர்வலர்களுடன் தொடர்பில் இருக்கவும் ஃபேஸ்புக், மின்னஞ்சல் ஆகியவை மூலம் நாய்க்குட்டிகள் இருப்பது பற்றித் தெரிவிக்கவும் முடிகின்றது. குட்டிகளுடன் பெட்டை நாய்களின் படங்கள் முகநூலில் வெளியிடப்படுகின்றன. சில நாய் உரிமையாளர்கள் தங்களிடம் உள்ள குட்டிகள் உண்மையிலேயே கலப்பற்ற ஒரு தனி இனத்தைச் சேர்ந்தது என்பதற்குச் சான்றாக, நாய்கள் புணர்ச்சிக்குப்பின் ஒட்டிக்கொண்டிருக்கும் படங்களை முகநூலில் ஏற்றுகின்றனர். நாயினங்களின் இனப்பெயர்கள், குணாதிசயங்கள் ஆகியவை பற்றிக் காரசாரமான விவாதங்கள் நடைபெறுகின்றன. நாய்க் கண்காட்சி நிகழும் சமயத்தில் – பொதுவாக நவம்பர் – ஜனவரி மாதங்களில் – உள்ளூர் நாய்கள் பற்றிய கட்டுரைகள் சில ஆங்கில நாளிதழ்களில் வெளியாகின்றன. ஆனால் அவர்கள் அரைத்த மாவையே அரைக்கின்றார்கள் என்பது வேறு விஷயம். சில தொலைக்காட்சி சேனல்கள் – NDTV Good Times போன்ற – நாட்டு நாய்களைப் பற்றிய நிகழ்ச்சிகளை ஒளிபரப்புகின்றன.

என்றாலும், இந்தத் தளத்தில் அக்கறை இன்னும் வளர வில்லை என்றே சொல்ல வேண்டும். 1974இல் சில உள்ளூர் நாய்கள் திருச்சி பொன்மலையில் உள்ள ரயில்வே பாதுகாப்புப் படையில் (Railway Protection Force) சேர்க்கப்பட்டன. கூட்ஸ் வண்டிகள் நிறுத்திவைக்கப்படும் இடத்தைக் காவல் காக்க இவை பயன்படுத்தப்பட்டன. ஒருமுறை ஒரு சிப்பிப்பாறை நாய் அங்கே ஒளிந்துகொண்டிருந்த ஒரு திருடனைப் பிடித்துவிட்டது. அந்த நாயை நீதிமன்றத்திற்குக் கூட்டிச்சென்றபோது, நாட்டு நாய்களையெல்லாம் இங்கே கூட்டிக்கொண்டு வருகிறீர்களே என்று நீதிபதி போலீசைக் கடிந்துகொண்டாராம்.

நம்மூர் நாயினங்களைப் பற்றி வரலாற்றுப்பூர்வமான விவரங்கள் சொற்பமாகவே கிடைக்கின்றன. ஆனால் நாய்கள் வேட்டைக்காக, காவலுக்காக, கால்நடை மந்தைகளைக் காப்பதற் காக என ஒரு பயன்பாட்டு விலங்காகவே வளர்க்கப்பட்டது என்பது தெளிவு. அதிலும் வேட்டைதான் நாய் வளர்ப்பின் பிரதானமான நோக்கமாக இருந்திருக்கின்றது. இந்தியாவில் பல நாடோடி இன மக்கள், கால்நடை மந்தைகளுடன் இடம் விட்டு இடம் பெயர்ந்து சென்றனர். இவர்களில் பலர் தனித்துவமான நாயினங்களை வளர்த்தனர். மக்களின் பெயரே நாயினத்தின் பெயராகவும் ஆனது. ராஜஸ்தானில் தார் பாலைவனத்தில் திரிந்து வாழ்ந்த கல்பேலியப் பழங்குடியினர் வளர்த்த நாய் கல்பேலிய நாய் என்று அறியப்பட்டது. அதேபோன்று, இன்னொரு பாலைவன நாடோடிகளான திலாரி மக்கள் தங்கள் பெயரைக் கொண்ட ஒரு நாயினத்தை வளர்த்தார்கள் என்று அறிகின்றோம். ஆனால் இரண்டு இனங்களும் இன்று அற்றுப்போய்விட்டன.

உலகில் நாய்கள் பலவிதமான தேவைகளுக்குப் பயன்படுத்தப் பட்டன. துந்திரப் பனிப்பிரதேசத்தில் உறைபனியில் ஸ்லெட்ஜ் வண்டிகளை இழுப்பதற்கு நாய்கள் பயன்படுத்தப்பட்டன. அமெரிக்காவில் உள்ள பென்சில்வேனியா மாநிலத்தில் இருக்கும் பரதவ மக்கள் நியூஃபவுண்ட்லாந்து இன நாய்களை (Newfoundland) ஏரிகளில் வீசிய வலைகளை இழுத்துவரப் பயன்படுத்துவதுபோல் ஆந்திராவில் காணப்படும் ஜோனங்கி இன நாய், அம்மாநிலத்தின் சதுப்பு நிலப்பகுதியில் வாத்து வளர்ப்பவர்களால் வாத்துகளை மேய்க்கப் பழக்கப்பட்டிருந்தன. முன்னரே சொன்னபடி, எந்த நாயினமும் நம் நாட்டில் துப்பாக்கி வேட்டைக்குப் பழக்கப்படவில்லை. வேட்டையில் சுடப்பட்ட பறவைகளை எடுத்துவரவும் பயிற்சியளிக்கப்படவில்லை. பிரிட்டீஷ் வேட்டைக்காரர்களாலும் சில இந்தியச் சிற்றரசர்

களாலும் வெளிமான் போன்ற விலங்குகளைத் துரத்த நாய்கள் வேட்டையின்போது உதவின.

இயற்கையியலாளர் மா. கிருஷ்ணன் பெல்லாரிக்கு அருகில் இருந்த சண்டூர் சமஸ்தானத்தில் பணியாற்றியபோது தாம் பங்கெடுத்த ஒரு வேட்டையைத் துல்லியமாக விவரிக்கின்றார்.

> பொழுது விடியத் தொடங்கியிருந்தது. ஒரு குன்றைச் சுற்றி நாங்கள் குழுவாக நாய்களுடன் நடந்துகொண்டிருந்தபோது திடீரென நாய்கள் குன்றின்மேல் இருந்த காட்டுப்பன்றிகள் அடைந்திருந்த ஒரு குகையை நோக்கி எங்களை இழுக்கத் தொடங்கின. குகையை நெருங்க நெருங்க நாய்களின் குரைப்பும் இழுப்பும் அதிகமானது. நாய்களைப் பிடித்திருந்த வேட்டைக்காரர்கள் கயிறுகளை அவிழ்த்து விட்டனர். எல்லா நாய்களும் ஒன்றுபோல் குகைக்குள் நுழைந்தன. குகையின் வாய்க்கு இருபுறமும் ஆட்கள் தயாராக நின்று கொண்டனர். சில கணங்களில் கற்கள் உருண்டு வருவது போன்ற ஒலி கேட்டது. ஏறக்குறைய நாற்பது பன்றிகள் தடதடவென வெளியே ஓடி வந்தன. முன் ஓடி வந்த சிலவற்றை ஓட விட்டு, பின் வந்த ஒரு சிறிய பன்றியை ஈட்டியால் குத்தினர். வேட்டை முடிந்தது.
>
> பின்னர், அந்தக் குகைக்கும் பன்றிகள் இருப்பதை நாய்கள் மோப்பத்தினால் அறிந்து இழுக்க ஆரம்பித்த இடத்திற்கும் இடைப்பட்ட தூரத்தை கவனமாகக் கணக்கிட்டேன். நிச்சயமாக ஒரு கிலோ மீட்டருக்குக் குறைவாக இருந்திருக்காது. காற்று நாங்கள் இருந்த திசையில் வீசினாலும், நாய்களின் மோப்பசக்தியைக் கண்டு வியக்காமல் இருக்கமுடியவில்லை.

இம்மாதிரி வேட்டைகளில் மற்ற நாய்களுக்கு வழிகாட்டிபோல் செயல்படும் நாய் 'காத்து நாய்' என்று குறிப்பிடப்படுகின்றது. இந்த வேட்டைகள் ஆபத்து நிறைந்தவை. விபத்துகள் நேரிடலாம். வேட்டை ஒன்றில் பன்றியால் காயப்படுத்தப்பட்ட நாய் ஒன்றை ஓர் இரவு முழுவதும் அது சாகும் வரை கவனித்தது பற்றி ஓர் அருமையான கட்டுரையைக் கிருஷ்ணன் எழுதியிருக்கின்றார்.

தமிழ்நாட்டில் உள்ள தொட்டிநாயக்கர் மக்கள் நாய்களோடு வேட்டைக்குப் போவதைப் பாரம்பரியமாகக் கொண்டுள்ளனர். ஒவ்வொரு வீட்டிலும் இரண்டு, மூன்று நாய்கள் இருக்கும். கொல்லிமலை அடிவாரத்தில் 1992இல் இவர்கள் வாழும் எருமைப்பட்டி எனும் கிராமத்தில் அவர்கள் வேட்டைக்குத் தயாராவதை நான் பார்க்க முடிந்தது. மாலை நேரம், ஒருவர்

ஒரு ஊதுகொம்பை ஊதி ஒலியெழுப்ப, ஆங்காங்கே சுருண்டு படுத்துக் கிடந்த நாய்கள் அவரைச் சுற்றிக் கூடின. ஒவ்வொரு நாயும் கயிறால் கட்டப்பட்டன. சிலர் ஈட்டிகளை வைத்திருந்தனர். மொத்தக் குழுவும் காட்டை நோக்கிப் புறப்பட்டது. பன்றிகள் இருக்கும் இடத்தை நாய்கள் மோப்பத்தால் அறிந்து காட்டிக்கொடுத்தவுடன் அவிழ்த்து விடப்படும். பன்றிகள் மறைவிடத்திலிருந்து ஓடி வெளிவரும்போது ஈட்டியால் குத்தப் படும். வேட்டையாடிகள் பாட்டுப் பாடிக்கொண்டு திரும்பி வந்தால் வேட்டை நன்றாயிருந்தது என்று அர்த்தம். பன்றி இல்லாவிட்டால் இரண்டு மூன்று முயல்களாவது கிடைக்கும். அந்தக் கிராமத்தில் ஒரு நாயையும் கட்டிப் போட்டிருக்கவில்லை என்பதை நான் கவனித்தேன்.

தென்னிந்தியாவில் வேட்டை நாய்கள் விவசாயிகளின் வாழ்வுடன் நெருக்கமாக இருந்ததைக் காணமுடிகின்றது. தமிழ்நாட்டில் கிராமதேவதைகளின் கோவில்களில் வேண்டுதல் களுக்காகச் சுடுமண் பொம்மைகளை வைப்பது பாரம்பரியம். கால்நடைகள் நோயின்றி வளமாக இருக்க வேண்டும் என வேண்டி வைக்கப்பட்டிருக்கும் மாட்டின் சுடுமண் பொம்மைகளைப் பல கோவில்களில் காணலாம். சில அய்யனார் கோவில்களில் வேட்டை நாய்களின் நலம் வேண்டி வைக்கப்பட்ட சுடுமண் சிற்பங்களை நான் பார்த்திருக்கின்றேன்.

நாய்களைக் கொண்டு இரு வகையான வேட்டைகள் நடத்தப்பட்டன. ஒரு வேட்டைக்காரர் காட்டில் இரண்டு மூன்று நாட்கள் நாய்களுடன் முகாமிட்டு வேட்டையில் ஈடுபடுவதற்குத் தங்கல் வேட்டை என்று பெயர். பலர் ஒன்றிணைந்து ஒரு குழுவாக நாய்களுடன் வேட்டைக்குச் செல்வதைக் கூட்டு வேட்டை என்று குறிப்பிடுவர். வேட்டையில் கிடைக்கும் முயல், உடும்பு, இவற்றின் வயிற்றைக் கிழித்துக் குடல் முதலியவற்றை நாய்களுக்கு இரையாகக் கொடுப்பது வழக்கம்.

நாய்களைத் திடமாக வைத்திருப்பதற்குப் பல முறைகள் கடைபிடிக்கப்பட்டன. சில கிராமங்களில் குட்டிகளை ஒரு சிறு குழிக்குள் விட்டுவிடுவார்கள். அவை மேலே வரக் குதித்துக் குதித்து உள்ளொடுங்கிய வயிறு உருவாகும். சிப்பிப்பாறை நாய்களை நீந்துவதற்குக் கூட்டிச்செல்வார்கள்.

ஆந்திராவிலும் கர்நாடகாவிலும் சில பகுதிகளில் பண்டிகைக் காலங்களில் கிராமதேவதைக் கோவில்கள் சார்பின சடங்காச்சாரமாக வேட்டைகள் நிகழ்த்தப்படுவதுண்டு. இந்திய நாயினச் சங்கம் பீஜப்பூருக்கு அருகில் தெலுங்கு வருடப்பிறப்பான உகாதிப் பண்டிகையின்போது துர்க்கை ஆலயம் ஒன்றின்பேரில்

2003ஆம் ஆண்டு நடத்தப்பட்ட இத்தகைய ஒரு வேட்டையை கவனித்துப் பதிவுசெய்தது. விடியற்காலையில் பலர் குழுக்களாக நாய்களுடன் புறப்பட்டனர். அவர்களிடம் பஷ்மி, காரவான் நாய்கள் இருந்தன. அவர்கள் நோக்கம் முயல் வேட்டை. இந்த நாய்கள் முயல்களைப் பிடித்தபின் விடாமல் வாயில் வைத்திருந்தன. நாய் உரிமையாளர்கள் வலிய வாயைப் பிளந்து பிடிபட்ட முயலை எடுக்க வேண்டியிருந்தது. 1972ஆம் ஆண்டு காட்டுயிர் பாதுகாப்புச் சட்டம் இயற்றப்பட்ட பின் இத்தகைய சாங்கிய வேட்டை வெகுவாகக் குறைந்துவிட்டது. சில இடங்களில் கிராமத்து மக்கள் விதிவிலக்கு கேட்டுப் பெற்று இதை நடத்துவதுண்டு. காட்டுயிர்ப் பாதுகாப்பில் ஈடுபாடு கொண்ட சில தன்னார்வக் குழுக்கள் கிராமப்புற மக்களுடன் பேசி ஒரு விழிப்புணர்வை ஏற்படுத்த முயல்கின்றார்கள். சில இடங்களில். கர்நாடகாவில் ஹம்பிக்கு அருகிலுள்ள தோராஜி காட்டுயிர் சரணாலயத்திற்கு அருகே இருக்கும் கிராமங்களில் இம்மாதிரியான முயற்சி நல்ல பலனை அளித்துள்ளது. எனினும் சில ஒதுக்கமான காட்டுப்புற இடங்களில் சடங்கு வேட்டை இன்னும் நடத்தப்படுகின்றது.

* * *

இமயமலையில் பயணிக்கும் குஜ்ஜர் எனும் நாடோடி மேய்ப்பர்கள் தங்கள் ஆடுகளை பாதுகாக்க மேய்ப்பு நாய்களை கூடவே கூட்டிச்செல்கிறார்கள். அதேபோல் ஆடே ாடிகளின் பிரதேசமான தென் தமிழ்நாட்டிலும் ஆடுகளை இரவில் அடைத்து வைக்கும் கிடையைக் காக்க நாய்களை பயன்படுத்துகின்றார்கள். என்றாலும் மந்தைகளைக் காக்கும் மேய்ப்பு நாய்களின் (sheep dogs) இடம் இமயமலைதான். மேய்ப்பர்கள் கால்நடைகளைக் காவல் காக்க, முக்கியமாகப் பனிச்சிறுத்தை போன்ற விலங்குகளிலிருந்து வளர்ப்பு விலங்குகளைக் காக்க நாய்களை வளர்த்தனர். பிரசித்தி பெற்ற வேட்டைக்காரர் ஜிம் கார்பெட் பல ஆண்டுகளை உத்தராகண்டின் கார்வால் மாவட்டத்தில் கழித்தவர். 1920களின் நினைவுகளைப் பதிவுசெய்திருக்கும் **ருத்ரப்ரயாகையின் ஆட்கொல்லிச் சிறுத்தை** *(The Man-eating leopard of Rudraprayag, 1947)* என்ற நூலில் இமயமலை நாய்களைப் பற்றி எழுதுகின்றார்.

> சரக்குப் பொதிகளை ஊர் ஊராக எடுத்துச்சென்று விற்கும் வணிகர்களுடன் வரும் கருத்த, மிக வலிமையான இந்தப் பெரிய நாய்கள் பிரிட்டனிலும் ஐரோப்பாவிலும் இருக்கும் நாம் அறிந்த மேய்ப்பு நாய் அல்ல. இந்த நாய்களின் வேலை அவர்கள் முகாமிட்டவுடன்தான் தொடங்குகின்றது. இவை இரவில் காட்டுவிலங்குகளிடமிருந்து முகாமைப்

பாதுகாக்கின்றன. இரண்டு நாய்கள் சேர்ந்து ஒரு சிறுத்தை யைக் கொன்றதைப் பற்றி நான் அறிவேன். பகலில் அவர்கள் தங்கள் கால்நடைகளை மேய்க்கப் போகும்போது, இந்த நாய்கள் முகாமில் அவர்கள் விட்டுச்செல்லும் வணிகச் சரக்கைப் பாதுகாக்கின்றன. ஒருமுறை மூட்டை ஒன்றைக் கடத்திச்செல்ல முயன்ற ஒருவனை ஒரு நாய் தாக்கிக் கொன்றது பதிவாகியிருக்கின்றது.

இங்கு ஜிம் கார்பெட் ஹிமாலயன் மாஸ்டிஃப் பற்றித்தான் பேசுகின்றார் என நம்மால் யூகிக்கமுடிகின்றது.

கேதார்நாத்தில் பயணி ஒருவருடன் இமாலய மாஸ்டிஃப்

சு. தியடோர் பாஸ்கரன்

மேற்கு இந்தியாவில் ராபாரிகள் என்று அறியப்படும் நாடோடி மேய்ப்பர்கள் தங்கள் கால்நடைகளுடன் குஜராத்தில் வெவ்வேறு இடங்களுக்கு மேய்ச்சல் நிலம் தேடிப் போவர்கள். அவர்களுடன் எப்போதும் நாய்களும் போகும். இந்த நாய்கள் கால்நடைகளுடனேயே இருந்தாலும் அவை மந்தைகளைப் பட்டியில் அடைக்கும் திறமையுள்ள நாய்கள் அல்ல. குஜ்ஜர் களும் தங்களது நாய்களை மந்தைகளை ஓரிடத்திலிருந்து இன்னோரிடத்திற்கு ஓட்டிச்செல்லவும் அவற்றைப் பாதுகாக்கவும் பழக்கியிருந்தார்கள். நம்மூர் நாய்கள் கால்நடைகளைப் பாதுகாக்க மட்டுமே செய்தன.

இந்திய மேய்ப்பு நாய்களைப் பற்றிய ஒரு பழைய குறிப்பை லெப்டினென்ட் ஜெனரல் டபிள்யூ. ஆஸ்பார்ன் (W. Osborn) *பம்பாய் இயற்கை வரலாற்றுச் சங்கத்தின் சஞ்சிகையில் (Journal of the Bombay Natural History Society, 1892)* எழுதியிருக்கின்றார். இந்தியாவில் மேய்ப்பு நாய்கள் ஆடுகளோடு ஆடுகளாக வளர்க்கப்பட்டாலும் இங்கிலாந்தில் இருப்பவைபோல முறையாகப் பயிற்சியளிக்கப்படவில்லை. பெல்லாரி அருகே ஆஸ்பார்ன் வெளிமான் வேட்டைக்குச் சென்றிருந்தபோது சில இந்திய வேட்டை நாய்கள் அந்த மான்களில் ஒன்றை விரட்டிப் பிடித்துக் கொன்றதைப் பதிவுசெய்திருக்கின்றார். அவரது விவரிப்பிலிருந்து அந்த நாய்கள் பஷ்மி இனத்தைச் சேர்ந்தவை என்று அனுமானிக்க முடிகின்றது.

வேறு ஒரு சந்தர்ப்பத்தில், 1863இல் இவர் பீதரில் மேய்ப்பு நாய்களைப் பார்த்ததைப் பற்றி எழுதுகின்றார். மோர்னா நதியருகே ரயில் தண்டவாளம் பாவிக்கொண்டிருந்த பணியில் ஆய்வாளராக இருந்த ஒரு ஸ்காட்லாந்துக்காரர் தம்மைத் தாக்க வந்த இரு மேய்ப்பு நாய்களை சுட்டுக் கொன்றுவிட்டார். இந்த வழக்கு டெபுடி கமிஷனர் (மாவட்ட ஆட்சியர்) முன் விசாரணைக்கு வந்தபோது நாய்களின் உரிமையாளருக்கு ஒரு பெரிய தொகையை இழப்பீடாகக் கொடுக்கும்படி தீர்ப்பு அளிக்கப்பட்டது. இதை அறிந்த ஜெனரல் ஆஸ்பார்னுக்கும் ஏன் இத்தகைய கடும் தண்டனை எனப் பெரும் வியப்பு. அந்த நாய்களின் சொந்தக்காரரைத் தேடிக் கண்டுபிடித்து மேய்ப்பு நாய்களுக்கு எவ்விதப் பயிற்சி அளிக்கின்றார்கள் என்று விசாரித்தார். நாய் உரிமையாளர் விளக்கினார். ஒரு ஈற்றிலிருந்து நல்ல ஆண் குட்டியைத் தேர்வுசெய்து, அதைக் குட்டியை இழந்த ஒரு பெட்டை ஆட்டுடன் விடுவார்கள். மூன்று வாரத்தில் அந்த நாய்க்குட்டி ஆட்டிடம் பால் குடிக்கத் தொடங்கிவிடும். நல்ல வலுவான நாயாக வளர நீண்ட நாள் அதைப் பால் குடிக்க விடுவார்கள். நாய் வளர்ந்தவுடன் ஆடுகள்

மத்தியில் அது மந்தையில் ஒன்று போல் இயல்பாக இருக்கும். பெரிய நாயானவுடன் அது விரையடிக்கப்படும். இதன் முக்கிய நோக்கம் மற்ற நாய்களுடன் சேர விடாமல் இருப்பதுதான். அதன் உலகம் ஆடுகளுடன்தான் இருக்கும்.

தமிழ்நாட்டில் ஆட்டு மந்தைகளை மேய்ச்சலுக்கு ஓட்டிச் செல்பவர்கள் வயல்களில் ஒரு சதுர வடிவ அடைப்பைக் கட்டுவார்கள். இதற்குப் பெயர் பட்டி. ஆடுகளைக் காக்கும் நாயும் இந்தப் பட்டியில் இருக்கும். இந்த நாய்கள் பட்டி நாய்கள் என்று அறியப்படுகின்றன. இந்த நாய்களும் விரையடிக்கப்படுகின்றன (பட்டி என்ற சொல் மலையாளத்தில் நாயைக் குறிக்கின்றது).

* * *

நம் நாட்டில் எத்தனை இன நாய்கள் உள்ளன என்பது பற்றிச் சரியான கணிப்பு இல்லை. 18ஆம் நூற்றாண்டில் இந்தியாவில் பயணம்செய்த, நாய்களிடம் ஆர்வம் கொண்ட ஒரு பிரெஞ்சு நாட்டுக்காரர், இங்கு 50 தனித்தனி இனங்களைக் கண்டதாகப் பதிவுசெய்தார் என அறிகின்றோம். 1963 இந்திய நாய் (The Indian Dog) என்ற நூலை எழுதிய மேஜர் டபிள்யூ.வி. சோமன், 16 நாயினங்களைப் பட்டியலிட்டார். கடந்த நாற்பது ஆண்டுகளாக இந்த விஷயத்தில் ஆய்வுசெய்து, படித்து, அவதானித்து நான் அறிந்துகொண்டது என்னவென்றால், ஏறக்குறைய 25 தனித்துவமான நாயினங்கள் நம் நாட்டில் உள்ளன. இந்த 25 இனங்களை பின்வரும் பக்கங்களில் சுருக்கமாக விவரிக்கின்றேன். பயன்பாட்டு நாய்கள், வீட்டு நாய்கள், வேட்டை நாய்கள் என இவற்றை மூன்று வகையாகப் பிரித்து எழுதியிருக்கின்றேன்.

நான் இந்த நூலின் ஆங்கில வடிவத்தை 2017 மே மாதம் வெளியிட்ட பின்னர், சில இடங்களிலிருந்து நாய் ஆர்வலர்கள் வேறு சில நாயினங்கள் இருப்பதாகத் தெரிவித்தனர். ஆனால் அவற்றைப் பற்றிய ஆதாரப்பூர்வமான விவரங்கள் மிகக் குறைவு.

பயன்பாட்டு நாயினங்கள்

இந்தத் தலைப்பின் கீழ் நான் பட்டியலிட்டுள்ள நாயினங்கள் மந்தைகளைக் காப்பது, வீட்டுக்கு, பண்ணைக்குக் காவல், வேட்டை போன்ற பல வேலைகளுக்குப் பயன்படுத்தப்படுகின்றன. வேட்டை நாய்களுக்கு தனியாக ஒரு பகுதி ஒதுக்கியுள்ளேன். வடக்கு எல்லையான இமயத்தில் தொடங்கித் தெற்கு நோக்கிப் பயணித்துக் குமரிமுனைவரை உள்ள நாயினங்களைப் பார்க்கலாம்.

இமாலய மாஸ்டிஃப்

இந்திய நாயினங்களிலேயே உருவில் பெரிய இமாலய மாஸ்டிஃப் இமயமலைத் தொடரின் காவல் நாய்களிலேயே மிகவும் பிரசித்தி பெற்றது. திபெத்திய மாஸ்டிஃப் என்றும் அறியப்படும் இந்நாய் இமயமலையில் சிக்கிமிலும் மற்ற பிரதேசங்களிலும் வளர்க்கப்படுகின்றது, கம்பீரமான தோற்றமுடைது. இந்நாய் 70 செ.மீ. உயரமும் ஏறக்குறைய 75 கிலோ எடையும் இருக்கும். செயின்ட் பெர்னார்டு (St. Bernard), கிரேட் பிரனீஸ் மவுன்டன் நாய் (Great Pyrenees Mountain Dog) போன்ற மற்ற உலகப் புகழ்பெற்ற நாயினங்களைப் போன்ற தோற்றம் கொண்டது மட்டுமல்ல, அந்த இனங்களுக்கும் இதற்கும் தொடர்பு உண்டு என்று நிபுணர்கள் கூறுகின்றனர். உருண்ட பெரிய தலை, சுருண்டு வளைந்திருக்கும் வால், அடர்ந்த பிடரி மயிர் ஆகியவை இந்த இனத்திற்கு ஒரு தனி அடையாளத்தைத் தருகின்றன. குளிர்ப்பிரதேசத்தில் வாழ்வதற்கு ஏற்ப இதன் ரோமப் போர்வை அடர்த்தியானது. பொதுவாகக் கருப்பு நிறம்தான் என்றாலும் கபில நிற அல்லது

தேன் நிற நாய்களையும் காணலாம். இதன் கண்களுக்கு மேலே இருக்கும் ஒரு மஞ்சள் பொட்டினை 'இரவின் கண்கள்' என மலைவாசிகள் குறிப்பிடுகின்றார்கள். இதன் மூலம் இந்த நாய்கள் பேய்களைக் காணமுடியும் என்று நம்புகின்றார்கள். நான் ஒரே ஒரு முறைதான் இந்த நாயை அதன் இயற்கையான பின்புலத்தில் பார்த்திருக்கின்றேன். சிக்கிமில் பயணம் செய்த போது ஆட்டு மந்தை ஒன்றுடன் இந்த நாய் ஒன்று மரத்தடியில் படுத்திருந்ததைப் பார்க்கமுடிந்தது. மற்றபடி தில்லி, பெங்களூர் போன்ற பெருநகரங்களில் நடத்தப்படும் நாய்க் கண்காட்சிகளில் இரண்டு மூன்று நாய்களைக் காணமுடியும். ராணுவ அதிகாரிகள் பலர் இதை வளர்க்கின்றார்கள்.

இமாலய மாஸ்டிஃப், இருளின் கண்கள்

மந்தைகளைக் காக்கும் பணியில் இந்த நாய் சிறுத்தைகளையும் ஓநாய்களையும் துணிவுடன் எதிர்கொள்ளும். பழங்காலத்தில் இவை போர்முனையிலும் பயன்படுத்தப்பட்டதாக வாய்வழிச் செய்தி உண்டு. குதிரைகளை விரட்டி ஓட்ட இவை பயிற்சி யளிக்கப்பட்டிருந்தன. ஜெங்கிஸ் கான், அட்டில்லா ஹன் போன்றவர்கள் படையெடுத்து வந்தபோது அவர்கள் படையை எதிர்கொள்ள இந்த நாய்கள் ஈடுபடுத்தப்பட்டன என்கிறார்கள். இமாலய மாஸ்டிஃப் நாய்கள் சில சந்தர்ப்பங்களில் உப்பு மூட்டைகளைச் சுமந்து செல்லவும் பயன்படுத்தப்பட்டன.

மலை வணிகர்கள் கீழே கல்கத்தா போன்ற நகரங்களுக்கு வரும்போது, வீட்டில் இருக்கும் பெண்களையும் உடைமைகளையும் பாதுகாக்க இந்த நாய்களை நம்பியிருந்தார்கள். மலைப் பிரதேசத்தின் அமைதியில் இந்த நாய்களின் குரைப்பு வெகுதூரம் கேட்கும். இவை பகலில் சற்று சோம்பேறித்தனமாக இருந்தாலும் இரவில் சுறுசுறுப்புடன் செயல்படும். ஆகவே குட்டி நாய்களை வாங்க வருவோர் இரவு கவிந்ததும்தான் வருவார்கள். இங்கே ஒரு சம்பிரதாயப்படி, குட்டியின் வால் நுனியை நறுக்கி, வறுத்து அந்தக் குட்டிக்கே தின்பதற்குக் கொடுக்கின்றனர். இது தைரியத்தை வளர்க்கின்றது என்பது நம்பிக்கை. இது உண்மையோ என்னவோ தெரியாது. ஆனால் இந்த இனம் தைரியத்திற்குப் பேர்போனது. பின்வாங்கவே வாங்காது. பல தலைமுறை தலாய் லாமாக்கள் இந்த நாயை வளர்த்துவந்தனர் என்பது இதற்கு ஒரு தனிப் பெருமை. நம் நாட்டில் நாய்க் கண்காட்சிகளில் இதற்குத் தனியிடம் உண்டு.

இது மிகப் பழமையானதோர் இனம். 14ஆம் நூற்றாண்டில் மார்க்கோ போலோ திபெத்தில் பயணம் செய்தபோது இங்குள்ள நாய்கள் கழுதையைவிடப் பெரிதாக இருக்கின்றன என்று எழுதினார்.

1903இல் திபெத்தை பிரித்தானியர்கள் படையெடுத்தபின்னர் இமாலய நாய்களைப் பற்றி வெளியுலகிற்குத் தெரிய வந்தது. 1903இல் வெளிவந்த நாய்களைப் பற்றிய ஒரு கலைக்களஞ்சி யத்தின் *(The Kennel Encyclopedia)* மூலம் ஹெச்.டபிள்யூ. புஷ் (H.W. Bush) எனும் பாதிரியார் இந்த இமாலய இனங்களைப் பற்றிய விவரங்களைப் பதிவுசெய்தார். 20ஆம் நூற்றாண்டின் முற்பகுதியில் எவரெஸ்ட் சிகரத்தை கண் வைத்துப் பல மலையேறும் குழுக்கள் வந்தபோது, தாங்கள் கண்ட நாய்களைப் பற்றி நாடு திரும்பியபின் எழுதினார்கள்.

1900களில் இந்த இனம் இங்கிலாந்திற்குக் கொண்டுசெல்லப் பட்டது. 1906இல் கிரிஸ்டல் பாலஸ் நாய்க் கண்காட்சியில் இந்த

இன நாய் ஒன்று காட்டப்பட்டது. பின்னர் அது அமெரிக்காவிற்கும் பரவி இன்று 400க்கு மேற்பட்ட எண்ணிக்கையில் அங்கு உள்ளது. 2016இல் ஒரு செய்தி: பெங்களூருவில் ஒருவர் ஓர் அரிய, தேன் நிற இமாலய மாஸ்டிஃப் ஒன்றை ஒரு கோடி ரூபாய் கொடுத்துத் தாய்லாந்திலிருந்து வாங்கியிருக்கின்றார்.

1985இல் தில்லி நாய்க் கண்காட்சியில், காட்மாண்டுவிலிருந்து வந்திருந்த மானிடவியலாளர் டான் மெசர்ஷமிட் (Don Messerschmidt) அவர்களை நான் சந்தித்தேன். தமது 'காலு' என்ற இமாலய மாஸ்டிஃப் நாயைக் காட்ட வந்திருந்தார். அமெரிக்கரான இவர், காட்மாண்டு அருகே உள்ள சில மலைவாசிகளின் வாழ்வைப் பற்றி ஆய்வு செய்துகொண்டிருந்ததோடு, அந்த ஊர் நாய்களையும் கவனிக்கத் தொடங்கினார். சில ஆண்டுகளில் திபெத் மற்றும் இமாலயத்தின் பெரிய நாய்கள் *(Big Dogs of Tibet and the Himalayas)* என்ற சிறப்பான நூலை எழுதினார். இப்போது கனடாவில் வாழும் இவர் இதுவரை வெளியுலகிற்குத் தெரியாத சில நாயினங்களை இந்த நூலில் பதிவுசெய்துள்ளார்.

இமாலய மேய்ப்பு நாய்

இமயத்தைச் சேர்ந்த இன்னொரு பெரிய நாய், கால்நடைகளைக் காக்கவும் பட்டியில் அடைக்கவும் பழக்கப்பட்டுள்ள இமாலய மேய்ப்பு நாய். லடாக்கிலும் நேபாளத்திலும் காணப்படும் இந்த நாய் 'போட்டியா' அல்லது 'போட்டே குக்குர்' என்றும் அறியப்படுகின்றது. மீரட் அரசர் மோஹிதாந்த் இந்த இனத்தைக் கவனித்து ஆதரித்தார். அதேபோல் தும்ரான் அரசரும் இந்த நாயை விருத்திசெய்து பராமரித்தார்.

2014இல் *த ஹிண்டு* ஆங்கில நாளிதழில் ஒரு செய்தி மூலம் இந்த நாயினம் நம் கவனத்தை ஈர்த்தது. பனிசூழ் சியாச்சின் பகுதியில் முகாமிட்டுப் பணிபுரியும் இந்திய ராணுவ வீரர்களிடையே செய்திகளைப் பகிர்ந்துகொள்ள இந்த நாய்கள் பயன்படுத்தப்பட்டன. 2002இல் இந்திய அரசு ஓர் அஞ்சல் தலையை வெளியிட்டு இந்த இனத்தை கௌரவப்படுத்தியது. வளைந்த அழகிய வாலுடன் 60 செ.மீ. உயரமும் 40 கிலோ எடையும் கொண்ட இது உருவில் பெரிய நாய்; பகலில் உறங்கி இரவில் மந்தையை கவனமாகக் காக்கும் திறன் கொண்டது. ஆண்டுக்கு ஒருமுறை முடி கொட்டும் வழக்கமுடையது இந்த இனம். பொதுவாக மஞ்சள் நிற அல்லது தேன் நிற ரோமப் போர்வை கொண்டது.

காலிஸ்தான் இயக்கப்பின்னணியில் எடுக்கப்பட்ட *சௌத்தி கூட்* (2015, பஞ்சாபி) என்ற படத்தில் ஒரு இமாலய மேய்ப்பு நாய் முக்கிய பாத்திரத்தில் தோன்றியது.

இமாலயன் மேய்ப்பு நாய்களுடன் சாங்ப்பா நாடோடிகள், லடாக்

கூச்சி

ஆஃப்கானிஸ்தானில் வாழும் பௌண்டர் இன நாடோடி மக்கள் கூச்சி இன நாய்களை மேய்ப்பு நாய்களாக வளர்த்துவந்தனர். இடம் விட்டு இடம் பெயரும் பழக்கம் குறைந்ததால் இந்த நாயும் கவனிப்பாரற்று ஏறக்குறைய மறைந்துவிட்டது. டபிள்யூ.பி. சோமன் இந்திய நாய்கள் பற்றிய தமது நூலில் வடமேற்கு எல்லை மாகாணத்திலிருந்து (North West Frontier Province) பம்பாய்க்கு வந்த வணிகர்கள் இந்த நாய்களை இங்கு அறிமுகப்படுத்தினார்கள் என்கின்றார். முந்தைய காலத்தில் வணிகர்களுடன் அவர்களுக்கு சரக்குகளுக்குக் காவலாக இந்த நாய்களும் கூட்டிச் செல்லப்பட்டன. இது உருவில் பெரிய, பருத்த நாய்; 70 செ.மீ. உயரமும் சுமார் 50 கிலோ எடையும் உள்ளது. இந்த இனத்தை மீட்டெடுக்கச் சில ஆர்வலர்கள் ஒன்றிணைந்து முயற்சிகள் எடுத்துவருகின்றனர்.

கூச்சி இனத்திற்கு நெருங்கிய ஒரு வகை, பாகிஸ்தான், ஆஃப்கானிஸ்தான் ஆகியவற்றில் உள்ள புல்லிகுட்டா எனும் இனத்தைச் சேர்ந்த நாய். இந்தியாவிலும் பஞ்சாப், ஹரியானா ஆகிய மாநிலங்களிலும் இவற்றைக் காணலாம். சென்ற நூற்றாண்டில் நாய்ச் சண்டையில் ஈடுபடுத்தப்பட்டன. பெரிய

இந்திய நாயினங்கள்: ஒரு வரலாற்றுப் பார்வை 77

கூச்சி

தொகைகள் பந்தயத் தொகைகளாகக் கைமாறின. இந்தச் சண்டை சட்டத்தால் தடைசெய்யப்பட்டுவிட்டாலும் இன்றும் ரகசியமாக நடத்தப்படுகின்றன. இதனால் இந்த இனத்தைக் கண்காட்சியில் காட்ட அனுமதிப்பதில்லை.

புல்லிகுட்டா

கோம்பை

தென்னிந்தியாவின் பிரசித்தி பெற்ற இந்த நாயினம், தமிழ்நாட்டில் கம்பம் – உத்தமபாளையம் பகுதிதான் இதன் சொந்த மண். இந்தப் பகுதியில் கோம்பை என்ற ஊர் ஒரு பாளையமாக இருந்தது. இந்த ஊரின் பெயரிலிருந்து கோம்பை நாயினத்தின் பெயர் வரவில்லை என்றும் மேற்குத் தொடர்ச்சி மலையடிவாரத்தில் உள்ள பரந்த வளம் மிக்க நிலப்பகுதிக்குக் கோம்பை என்று பெயர் என்றும், இந்தச் சொல்தான் இந்த நாயினத்தைக் குறிக்கின்றது என்றும் மா. கிருஷ்ணன் கூறுகிறார்.

வலிமை மிக்க இனம். விடாப்பிடியான குணம் கொண்டது. உருவ அளவில் வேறுபாடுகள் உண்டு. 40 செ.மீ.யிலிருந்து 80 செ.மீ.வரை உயரம் இருக்கலாம். 20 முதல் 30 கிலோ எடை. பொதுவாகச் செவலை நிறத்தில் இருக்கும் இதன் வாய்ப்பகுதி கருப்பாக இருக்கும். காதுகள் தொங்கி இருக்கும். அரிதாகக் குத்துக்காதுடைய கோம்பைகளும் உண்டு. வால் நுனி மட்டும் வளைந்திருக்கும். சில நாய்களின் முதுகில் ரோமம் ஒரு கோடுபோல் எதிர்ப்புறமாக வளர்ந்திருக்கும். இந்த அம்சமுடைய நாய்கள் உயர்ந்த ரகக் கோம்பைகள் என்று சிலர் கருதுகின்றார்கள். மற்ற இனங்களைவிடத் தாமதமாகவே இவை முதிர்ச்சியடைகின்றன என்று கோம்பைகளை வளர்ப்பவர்கள் சொல்கின்றார்கள்.

கோம்பை

1868 மதராஸ் ராஜதானியில் பணியாற்றிய அரசு அதிகாரி ஜே.ஹெச். நெல்சன் (J.H. Nelson) என்பவர் தாம் எழுதிய மதுரைப் பிரதேசம் (The Madura Country) என்ற நூலில் இந்த நாயினத்தைப் பற்றி விவரிக்கின்றார். 18ஆம் நூற்றாண்டில் இங்கு ஆட்சி புரிந்த பாளையக்காரர்கள் இந்த நாய்களைப் போற்றி வளர்த்தனர் என்றும் ஒரு நாய்க்கு மாற்றாக ஒரு குதிரையைக்கூடக் கொடுக்கத் தயங்க மாட்டார்கள் என்கிறார் நெல்சன். சாகித்ய அகாதமி விருது பெற்ற சு. வெங்கடேசன் தாம் எழுதிய காவல் கோட்டம் நாவலில் பாளையக்காரர் வாழ்விலும் ராணுவத்திலும் இந்த நாய்கள் பெற்றிருந்த இடம் பற்றி எழுதுகின்றார். அந்தக் கால கட்டத்தில் மதுரையில் இருந்த பாவுஷ் (Fr. Baauche) என்ற ஒரு கத்தோலிக்கப் பாதிரி, காவல் காக்கப் பாளையக்காரர்கள் இந்த நாய்களைப் பயன்படுத்தினார்கள் என்றும் இவற்றைப் பராமரிக்க ஓர் உயர்மட்ட அரசு அதிகாரி (dog keeper) இருந்ததாகவும் பதிவுசெய்கின்றார். அதேபோல மருது சகோதரர்கள்மீது படையெடுத்த கர்னல் ஜேம்ஸ் வெல்ஷ் (Col. James Welsh) எனும் கும்பினி ராணுவ அதிகாரி காளையார்கோவில் கோட்டைக்குள் நுழைந்தபோது கோட்டையைக் கோம்பை நாய்கள் காவல் காத்திருந்தன என ராணுவ நினைவுகள் (Military Reminiscences) என்ற தமது நூலில் எழுதியிருக்கின்றார்.

கோம்பை நாய்களின் துணிச்சலைப்பற்றி பல கதைகள் உலவுகின்றன. நான் இங்கே எழுதப்போவது ஒரு உண்மைக் கதை. ஜூலை 2015இல் குற்றாலத்தில் நடந்தது. இரண்டு நாட்கள் கழித்து நான் அந்த நாயின் சொந்தக்காரரிடம் பேசினேன். காட்டின் ஓரத்திலுள்ள ஒரு பண்ணை வீட்டின் வெளியில் ஒரு குழந்தை விளையாடிக்கொண்டிருந்தது. கோம்பை நாய் மருது ஒரு சிறுத்தை இவ்வெளியில் நுழைவதைப் பார்த்து அதை தாக்கியது. ஏறக்குறைய ஒரு நிமிடம் இந்த இரண்டு விலங்குகளும் மூர்க்கமாக சண்டையிட்டுக்கொள்வதை பதினைந்துபேர் பார்த்தனர். சிறுத்தைக்கு முகத்தில் காயங்கள். நாயின் வயிறு கிழிக்கப்பட்டிருந்தாலும் அது சிறுத்தையை விரட்டி ஓடியபடி செத்து விழுந்தது.

மந்தை நாய்

மந்தை நாய்

ராமனாதபுரம் மாவட்டப் பகுதியிலிருந்து உள்ளூர் நாயின ஆர்வலர்கள் போற்றும் மந்தை நாய் பற்றிய செய்தி வருகின்றது. சமூக வலைதளம் மூலமாக இந்த இனம் குறித்த விவரங்களை சிலர் பகிர்ந்துள்ளனர். இது வேட்டைக்காகவும் ஆட்டு மந்தைகளை காவல் காக்கவும் பயன்படுத்தப்பட்டது. உடல் சற்றுப்பெருத்த

இந்த நாய் 75செ.மீ உயரம் இருக்கும். பெருவாரியான இவ்வின நாய்கள் சாம்பல் நிறத்தில் இருக்கும். வேறுபட்ட நிறமுடையவை களும் இவ்வினத்தில் உண்டு. இதன் பெயரான மந்தை, ஆட்டு மந்தைகளை குறிக்கின்றது. இதன் தலை பெரிதாக இருப்பதால் இதன் பெயர் மண்டை நாய் என்று சிலர் சொல்கின்றார்கள். இன்றும் ஆடுகளை வெவ்வேறு மேய்ச்சல் இடங்களுக்கு கூட்டிச் செல்லும் நாடோடி மக்களிடம் இந்த நாய்களைப் பார்க்கலாம். இதை நான் எந்த நாய் காட்சியிலும் பார்த்ததில்லை. இது ஒரு வகை கோம்பைதான் என்று கூறும் நாய் ஆர்வலர்கள் சிலர் இதை ராமனாதபுரம் கோம்பை என்று குறிப்பிடுகின்றார்கள். ஐம்பது ஆண்டுகளுக்கு முன்கூட இந்த இன நாய்கள் அந்தப் பகுதியில் நிறைய இருந்ததாக உள்ளூர் ஆட்கள் தெரிவிக்கின்றனர். இந்த இனத்தைப்பற்றி எனக்கு தெரிவித்தவர் இந்திய நாயினங்களைப்பற்றி விவரம்தெரிந்த கே.ஆர். விஜயமுருகன்.

சிந்தி

இந்த இனத்தின் பூர்வீகம் இன்று பாகிஸ்தானில் இருக்கும் சிந்துப் பகுதியும் ராஜஸ்தானின் பாலைவனப் பகுதியுமாகும். சென்ற நூற்றாண்டில் குஜராத்திற்குப் பயணம்செய்த குதிரை வணிகர்ளுடன் இந்த இனம் இங்கு வந்து சேர்ந்தது. சில பத்தாண்டுகளுக்குமுன்புகூட இந்த நாய்களை குஜராத்திலும் ராஜஸ்தானிலும் காணமுடிந்தது. குறிப்பாக, மிர்ப்பூர் காஸ்

சிந்தி

மாவட்டத்தில் உள்ள நாரா பள்ளத்தாக்கில் இவை இருந்தன. இன்று இந்த இனம் அரிதாகிவிட்டது. குஜராத்தில் கட்ச் பகுதியில் சிலர் இந்த நாய்களைப் பேணி வளர்க்கின்றார்கள் என்ற நல்ல செய்தி கிடைத்திருக்கின்றது.

மாஸ்டிஃப் இன நாயும் (mastiff) கிரேஹவுண்டும் (greyhound) சேர்ந்த கலப்பினம் போன்ற தோற்றமுடைய சிந்தி நாய், உருவில் பெரியது, 65 செ.மீ. உயரமும் 40 கிலோ எடையும் கொண்டது. இது மேய்ப்பு நாயாகவும் பயன்படுத்தப்பட்டது.

கட்ச் பகுதியிலுள்ள புதர்காட்டை பன்னி என்று குறிப்பிடுவர். இப்பகுதியில் காணப்பட்ட ஒரு நாயினம் பன்னி. இன்று மிகவும் அரிதாகி விட்டது என்றாலும் இவைகளை இப்பகுதியில் சிலர் வளர்த்து வருகின்றனர்.

பக்கர்வால்

பன்னி நாய்

ஹிந்துகுஷ், இமாலய மலைப் பிரதேசங்களில் பிர் பஞ்சல் என்றொரு பகுதியில் தோன்றிய மலை நாய்தான் பக்கர்வால். 70 செ.மீ. உயரமும் 40 கிலோ எடையும் கொண்ட இது, உருவில் பெரிய நாய். நம்மூரில் சடைநாய் என்று வர்ணிக்கப்படும் நீண்ட ரோமப் போர்வை கொண்ட விலங்கு இது. வளைந்து சுருண்ட வாலுடன் இந்த வலுவான நாய் கம்பீரமான தோற்றம் உடையது. சில பகுதிகளில் இதை குஜ்ஜர் நாய் என்றும் குறிப்பிடுகின்றார்கள் (இமயமலையில் வாழும் ஒரு மேய்ப்பர் இனம் குஜ்ஜர்).

பக்கர்வால்

காஷ்மீரில் உள்ள பூன்ச் பகுதியில் பழங்குடி ஆய்வு மற்றும் கலாச்சார மையம் (Tribal Research And Cultural Foundation) *2009*ஆம் ஆண்டில் பக்கர்வால் நாய்களின் நிலை பற்றி ஒரு மதிப்பீடு செய்தது. சில நூறு நாய்கள்தான் எஞ்சியுள்ளன என்று அது கண்டறிந்தது. இந்த நாயினத்தைக் காப்பாற்ற இந்த மையம் மத்திய அரசுக்கு ஒரு வேண்டுகோள் விடுத்தது. நகரங்களில் பலர் இந்த நாய்களை வளர்க்க விரும்புவதால், நாய்க்குட்டிகளில் ஆண் குட்டிகள் எடுத்துச்செல்லப்பட்டுவிடுகின்றன. ஆகவே இனப்பெருக்கம் தடைப்படுகிறது. அது மட்டுமல்ல, இந்த இனத்தில் பெட்டை நாய்கள் ஆண்டிற்கு ஒரு முறைதான் ஈனும். அதுவும் இரண்டு அல்லது நான்கு குட்டிகள்தாம்.

சில ஆர்வலர்கள் இணைந்து Bakharwal Dogs Preservation Project என்ற செயல்திட்டத்தின் கீழ் இந்த நாயினத்தைப் பாதுகாக்க முயற்சிகள் எடுத்துவருகின்றார்கள்.

பட்டி

இதை ஓர் இனமாகச் சுட்டிக்காட்டுவது சிரமம். ஆனால் தமிழ்நாட்டில், குறிப்பாகக் கொங்குப் பிரதேசத்தில், விவசாயிகளின் உற்ற தோழனாக இருக்கும் நாய்களைப் பட்டி நாய்கள் என்றே குறிப்பிடுகின்றனர். பட்டி என்ற சொல் பண்ணை நிலத்தில் இரவில் ஆடுகளை விட்டுவைக்கும் அடைப்பைக் குறிக்கிறது

(தென் தமிழ்நாட்டில் இதைக் 'கிடை' என்று குறிப்பிடுகின்றார்கள்). இதை நரிகளிடமிருந்தும் பழங்காலத்தில் ஓநாய்களிலிருந்தும் காவல் காப்பது பட்டி நாய். இது இந்தப் பகுதியில் உள்ள மேய்ப்பு நாய் என்றும் சொல்லலாம். பெரும்பாலும் செவலை நிறத்தில் இருந்தாலும் வேற்று நிறங்களுடைய, ரோமப் போர்வை கொண்ட பட்டி நாய்களைக் காணமுடியும். இது உறுதியான உடலைக் கொண்ட இனம். சொற்ப உணவில் உயிர் வாழும். 45 அல்லது 55 செ.மீ. உயரமும் 25 முதல் 30 கிலோ எடையும் கொண்டது. புலம்பெயர்ந்து வாழும் நாடோடி மக்கள் பட்டி நாய்களைக் கூடவே கூட்டிச்செல்கின்றனர்.

பட்டி பாட்டியா

ஒடிஷாவின் மாயூர்பன்ஞ், கோரபெட் மாவட்டங்களில் வாழும் பழங்குடியினர் வேட்டைக்குப் பயன்படுத்திய இனநாய் இது. கருப்பு அல்லது கபில நிறமான இந்த இனத்தில் சில முதிர்ந்த நாய்களுக்கு முதுகுப்பகுதி (saddle) வெள்ளையாக மாறும். இது 50 செ.மீ. உயரமும் 25 கிலோ எடையும் கொண்டது. கூரிய வாய்ப்பகுதியும் பாதி மடிந்த காதுகளும் கொண்ட இந்த நாய், நாம் நகரங்களில் அடிக்கடி காணக்கூடிய லாப்ரடார் நாயைவிடக் கொஞ்சம் சிறியது. 1983 ஒடிஷா காவல் துறை இந்த இன நாய்கள் சிலவற்றை போலீஸ் வேலைக்குப் பழக்கியதாகத் தெரிகின்றது. ஆனால் இதைப் பற்றி வேறு விவரங்கள் எவையும் கிடைக்கவில்லை.

பண்டிகொண்டா

விஜயநகர சாம்ராஜ்யத்தில் பண்டிகொண்டா என்ற கிராமத்தை இந்த நாயினத்தில் சொந்த ஊராக சுட்டிக்காட்டுகின்றார்கள். இன்றைய ஆந்திராவிலுள்ள கர்னூலுக்கு அருகில் உள்ளது இந்த கிராமம். தலைக்கோட்டைப் போருக்குப்பின் (கி.பி. 1565) அந்த ராஜ்ஜியம் அழிந்தபின், இந்த நாயும் மறக்கப்பட்டுவிட்டது. என்றாலும் ஆங்காங்கே இந்த நாய்கள் வளர்க்கப்பட்டுவந்தன. அந்தப் பகுதியின் குறுநில மன்னர்களும் நிலச்சுவான்தார்களும் பன்றி வேட்டைக்கு இந்த நாய்களைப் பயன்படுத்தினார்கள். 2002இல் இந்திய நாயினச் சங்கம் இந்தக் கிராமத்திற்குச் சென்று இனவிருத்தி செய்ய ஆறு நல்ல நாய்களை வாங்கினார்கள்.

சற்றே பருத்த உடல் கொண்ட இந்த நாய் 50 முதல் 65 செ.மீ. உயரம் உடையது. உருவ அளவில் வேறுபாடு காணப்படுகின்றது. குட்டையான ரோமப் போர்வை கொண்ட இந்நாய் பொதுவாகச் செவலையாக இருந்தாலும், வெள்ளை, கருப்பு ஆகிய இரண்டும் கலந்தும் காணப்படும். இன்று இவை காவலுக்கும் வேட்டைக்கும்

பண்டிகொண்டா

பயன்படுத்தப்படுகின்றன. நாய் ஆர்வலர்கள் இது கலப்படமற்ற இனம் என்று கருதுகின்றார்கள்.

கண்களைச் சுற்றி உள்ள கருப்பு வட்டம் இந்த இனத்தின் ஓர் தனி அடையாளம். இந்நாய்கள் குத்துக்காதுகள் கொண்டவை. காதில் ஒரு பகுதியை வெட்டிவிடும் பழக்கம் காணப்படுகின்றது. சூடு போட்ட தழும்புகளையும் பல நாய்களிடம் காணலாம். இரண்டு பழக்கங்களுமே மருத்துவ நோக்கத்தில் செய்யப்படுபவை என்று அறிகின்றேன்.

ஜோனங்கி

ஆந்திராவில் கோதாவரி நதிப்படுகைப் பகுதியில், அதிலும் முக்கியமாகக் கெல்லேறு ஏரிப்பக்கத்தில் வாழும் இவ்வினம் உருவில் சிறியது, *30* முதல் *40* செ.மீ. உயரமும் *20* கிலோ எடையும் கொண்டது. சிறிய குத்துக்காதுகளை கொண்டது. வால் குட்டையாக, வளைந்து இருக்கும். இதன் முகத்தில் உள்ள தோல் சுருக்கங்கள் ஒரு முக்கியமான அடையாளம். ரோமப் போர்வை மிகவும் குட்டையானது, வெல்வெட் போன்ற தோற்றமளிப்பது. ரோமம் மிகவும் குறைவானதால் பல இடங்களில் தோல் தெரியும். இது உருவாகி வளர்ந்தது ஏரியைச் சுற்றியுள்ள சதுப்பு நிலப்பகுதி. இது அங்கு கிடைக்கும் நண்டுகளைப் பிடித்து உண்ணும் என்கிறார்கள் அப்பகுதி மக்கள். சதுப்பு நிலப்பகுதியில்

நடமாடிப் பழக்கப்பட்டதால் இந்த இன நாய்களை வாத்து வளர்க்கும் மக்கள் வாத்துக் கூட்டத்தை வழிநடத்திச் செல்லப் பழக்கியிருக்கின்றார்கள்.

தாணுக்கு கிராமத்தைச் சேர்ந்த அச்சூத ராமய்யா இந்த நாய்களைப் பல்லாண்டுகளாகப் பராமரித்துவருகின்றார். ஹைதராபாதில் இயங்கும் இந்திய நாயினச் சங்கம், நவாப் நாசீர் யார் ஜங்—உடன் இந்த கிராமத்திற்கு 2002 அக்டோபர் மாதம் வந்தபோது ராமய்யாவின் பண்ணையில் எட்டு ஜோடி ஜோனங்கி நாய்களைக் கண்டதைப் பதிவுசெய்திருக்கின்றனர். இந்திய நாயினங்களில் ஆர்வம் காட்டிவரும் நவாப் இங்கிருந்து சில குட்டிகளைப் பெற்றுச்சென்று பராமரித்துவருகின்றார்.

இந்த இனத்திற்குக் கிடைத்திருக்கும் அங்கீகாரத்திற்கு அடையாளமாக 2014இல் மைசூர் நாய்க் கண்காட்சியில் இரண்டு ஜோனங்கிகள் காட்சிக்கு வைக்கப்பட்டன. ஆனால் இந்திய நாயினச் சங்கம் இந்த இனத்தை இன்னும் காட்சிக்கு ஏற்றுக்கொள்ளவில்லை. ஜோனங்கி கலப்பு செய்யப்படாத ஓர் இனம்.

ஜோனங்கி

தாங்க்குல் ஹூயி

மணிப்பூரில் வாழும் தாங்க்குல் நாகா மக்கள் வளர்க்கும் நாய். 2013இல் இம்ஃபால் நகரில் நடந்த ஒரு நாய் காட்சியில் முதன் முதலாக காட்சிப் படுத்தப்பட்டபின் வெளி உலகில் அறியப்பட்டது. பாரம்பரிய போலோ விளையாட்டில் ஈடுபடுத்தப்படும் மணிப்பூர் மட்டக்குதிரை போல, இந்த நாயினமும் மணிப்பூரின் பெருமையாக கருதப்படுகின்றது. இது நடுத்தர அளவு கொண்ட தடிமனான நாய். மடியாத காதுகள், குட்டையான கால்கள், குட்டையான வாலும் கொண்டது. 60செமீ உயரமும் 30கிலோ எடையும் உடையது. கருநீலநிறம் கொண்ட இந்நாயிற்கு தொண்டை வெள்ளை நிறம் கொண்டிருக்கும். மணிப்பூரிலுள்ள உக்ருல் மாவட்டத்தில் இவை அதிகம் வளர்க்கப்படுகின்றன. முன்னர் இவை பன்றி வேட்டையில் ஈடுபடுத்தப்பட்டன.

தாங்க்குல் ஹூயி

லாவ்ரி வேட்டைநாய்

ராஜஸ்தானில் பிக்கனிர், சூரத்கர் பகுதிகளில் ஜோகி என்றறியப்படும் நாடோடி பழங்குடியினர் பாம்பு பிடித்தும், ஆடு

வளர்த்தும் வாழ்கின்றார்கள். இவர்கள் லாவ்ரி இன நாய்களை வளர்க்கின்றனர். ராஜஸ்தானில் பணியாற்றிய ராணுவ அதிகாரி, ஜெனரல் எஸ்.சி. தேஷ்பாண்டே இந்த நாய் ஒன்றை வளர்த்தது பற்றி தனது *Pugal: The Desert Bastion (1989)* என்ற நூலில் எழுதியிருக் கின்றார். இதை "வெகு அழகிய வேட்டை நாய். ஒல்லியான, வேகமாக ஓடக்கூடிய, உறுதியான உடல் கொண்டது. முக முன் புறத்திலும், முன்னங்கால்களின் பின் புறத்திலும் உள்ள லேசான மயிற் கற்றைகள் இதன் அழகை கூட்டுகின்றது" என்று வர்ணிக்கின்றார். பெரிய நெஞ்சும், கூரிய முகமும், மெலிதான இடையும் கொண்டது. 72செமீ உயரமும், நீண்ட வாலும் கொண்ட இந்த நாயின் தோற்றம் விப்பட் (Whippet) நாயினத்தை நினைவு படுத்தும். அந்த ஜோகி மக்கள் தரும் எளிய உணவைகொண்டு வாழும் தன்மையுடையது. பாலைவன பகுதியில் வாழ தேவையான உறுதியான உடல் கொண்டது இந்த இனம். முயல், சிங்க்காரா மான் இவற்றை துரத்தி வேட்டையாடும். ஆனால் ஒவ்வொரு ஜோகியிடமும் ஒரு நாய் இருந்தாலும், இவர்களிடமிருந்து நாய்க்குட்டியை வாங்குவது வெகு சிரமம். தங்கள் சமூகத்தைத் தவிர மற்றவர்கள் யாருக்கும் இந்த நாய் போய் சேர்ந்துவிடக்கூடாது என்பதில் கண்ணும் கருத்துமாக இருக்கின்றார்கள். ஒரு பெட்டை நாயின் பிறப்புறுப்பு மூன்று பின்னூசிகளால் தைக்கப்பட்டிருப்பதை தான் கவனித்ததாக ஜெனரல் தேஷ்பாண்டே பதிவு செய்துள்ளார். நாய் கருத்தரிப்பதைத் தடுப்பதற்கு இந்த ஏற்பாடு.

லாவ்ரி வேட்டைநாய்

துணை நாய்கள்

தொன்மையான துணை நாயினங்கள் பல நூற்றாண்டுகளுக்குமுன் சீனாவில் தோன்றின. பெகிங்கீஸ் (Pekingese), ஷி ட்சு (Shi Tsu) போன்ற நாய்கள் சீனாவில் அரச குடும்பங்களிலும் சீமான்கள் வீட்டிலும் வளர்க்கப்பட்டன. இன்று நிலைமை மாறிவிட்டது. இவை உலகெங்கும் நடுத்தர மக்கள் வீடுகளில், அதிலும் அடுக்குமாடி வீடுகளில், செல்லப்பிராணிகளாக வளர்க்கப்படுகின்றன.

இந்திய நாயினங்களில் மனிதருக்குத் துணையாக மட்டுமே வளர்க்கப்பட்ட இனங்கள் அரியவை. எல்லாமே பயன்பாட்டு விலங்குகளாகவே பார்க்கப்பட்டன, பழக்கப்பட்டன. இமயமலையில் தோன்றிய சில சிறு நாயினங்களை நாம் துணை நாய்கள் எனக் குறிப்பிடலாம். இவை பொதுவாக உருவில் சிறியதாக இருக்கும். வீட்டினுள் நடமாடி மனிதருடன் நெருங்கிப் பழகும். வீட்டைக் காக்கவும் செய்யும். இன்று இவை நாடு முழுவதும் நகரங்களில் வளர்க்கப்படுகின்றன. இமயத்தில், திபெத்தில் வாழ்ந்துவந்த இந்த இன நாய்கள், திபெத்திய அகதிகளால் இந்தியாவில் பல இடங்களுக்குப் பரவின. இமயத்தில் பணியாற்றிய ராணுவ அதிகாரிகள் பலரும் இந்த நாய்களால் ஈர்க்கப்பட்டு இவற்றை வாங்கி நாட்டின் மற்ற இடங்களிலும் அறிமுகப்படுத்தியுள்ளனர். இந்தியாவில் துணை நாய்களில் பேர்போனது லாசா அப்சோ எனப்படும் சிறிய சடைநாய்தான்.

சு. தியடோர் பாஸ்கரன்

லாசா அப்சோ

நாய்களுக்குப் பேர்போன பிரதேசம் திபெத். ஏனென்றால் மக்கள் அங்கே நாயை ஒரு புனித விலங்காகப் போற்றுகின்றார்கள். பணியில் தவறுசெய்யும் மதகுருக்கள் நாய்களாகப் பிறக்கின்றார்கள் என நம்பப்படுகின்றது. பௌத்தத் துறவிகள் நாய்களை இனப்பெருக்கம் செய்து பராமரிக்கின்றார்கள். லாசா அப்சோ நாய் தோன்றியது இங்கேதான். இந்திய இன நாய்களில் பன்னாட்டளவில் பெயர் வாங்கிய நாய் இதுதான்.

உருவில் சிறிய, குட்டையான, 28 செ.மீ. உயரமும் 7 கிலோ எடையுமே கொண்ட சடைநாய் இது. ரோமப் போர்வை திரண்டு இருப்பதால் இதற்கு கவனிப்பும் அதிகமாகத் தேவைப்படுகின்றது. பூச்சி, ஒட்டுண்ணி இவைகளை அண்ட விடாமல் கவனமாகப் பார்த்துக்கொள்ள வேண்டும்.

பொம்டிலாவில் லாசா அப்சோ நாய்க்குட்டிகள்

இது கலப்புக்கு உட்படுத்தப்படாத தொன்மையான இனம். திபெத்திய கலாச்சாரப்படி, இந்த நாய்க்குட்டி ஒன்றைப் பரிசாகப் பெறுவது ஒரு கௌரவமாகக் கருதப்பட்டது. அதிர்ஷ்டத்திற்கு அடையாளமாக இது பார்க்கப்பட்டது. பாரம்பரியமாகத் திபெத்திய பௌத்த மடங்களின் வெளிப்புறத்தை இமாலய மாஸ்டிஃப் நாய்கள் காவல் காத்தபோது, இந்த சிறிய நாய்கள் உட்புறத்தை கவனித்துக்கொண்டன. இந்த இனத்தின் தோற்றுவாய் திபெத்தாக இருந்தாலும் இது சிக்கிம், அருணாசலப் பிரதேசம் எனக் கிழக்கு இமயப்பிரதேசத்தில் பரவியிருக்கின்றது. 1985இல் அருணாசலப் பிரதேசத்தில் பயணித்தபோது பொம்டிலாவிற்கு அருகே, மான்பா இன மக்கள் இந்த நாய்களை வளர்ப்பதையும் குட்டிகளை விற்பதையும் காணமுடிந்தது.

பிரித்தானியர்கள் இந்தியாவில் காலூன்றிய பின்னர் இந்த நாய் அவர்கள் கவனத்தை ஈர்த்தது. 1930களில் இந்த நாய் பிரிட்டனுக்குக் கொண்டுசெல்லப்பட்டு அங்கு 'தாயத்து நாய்' (Talisman Dog) என்று அறியப்பட்டுப் பிரபலமானது. அங்கிருந்து லாசா அப்சோ நாய்கள் அமெரிக்காவிற்கு எடுத்துச்செல்லப்பட்டு அங்கும் பிரசித்தி பெற்றன. ஒருமுறை அமெரிக்காவில், வட கரோலினா மாநிலத்தில் பீட்மாண்ட் என்ற இடத்தில் நடைபெற்ற ஒரு பெரிய நாய்க் கண்காட்சியில் பல லாசா அப்சோக்கள் பங்குபெற்றதைக் காணமுடிந்தது.

திபெத்திய ஸ்பானியல்

இமயமலையில் காணப்படும் பலவகை நாயினங்களிலேயே சிறியது 25 செ.மீ. உயரமும் 6 கிலோ எடையும் மட்டுமே கொண்ட திபெத்திய ஸ்பானியல். அடர்த்தியான, பட்டுப்போன்ற ரோமப் போர்வை கொண்ட இந்தச் சடைநாய் செவலை, கருப்பு, கபில நிறங்களில் இருக்கும். திபெத்தில் உள்ள ஜோம்சம் எனும் சிறு நகரமும் சும்பி பள்ளத்தாக்கும்தான் இந்த இனம் உருவான இடங்கள். அங்கிருந்து இது இமயத்தின் மற்ற பகுதிகளுக்குப் பரவியது. இது ஸ்பானியல் இன நாய் அல்ல. என்றாலும் இவற்றுக்கு பிரித்தானியர்கள் வைத்த பெயர் நிலைத்துவிட்டது. சப்பையான மூக்கும் தொங்கும் காதுகளும் கொண்ட இந்த நாயை உள்ளூர் மக்கள் 'சிம்கி' (Simkhyi) எனக் குறிப்பிடுகின்றார்கள். இதனுடைய சுருண்ட, ரோமம் நிறைந்த வால் இதற்குத் தனி அழகு. பாதங்களிலும் அடர்த்தியாக ரோமம் மூடியிருக்கும். பனிப்பிரதேசத்தில் நடமாடுவதற்காக இந்தத் தகவமைப்பு. நாய் நிபுணர்கள் (cynologists) இதை முயல் பாதம் என்று குறிப்பிடுகின்றார்கள். இமயப் பிரதேசத்தின் உயர் பகுதியில் உள்ள எல்லா நாயினங்களுக்கும் இந்த அம்சம்

உண்டு. லாசா அப்சோ நாய்கள் போலவே இவையும் புத்தமதப் பிரார்த்தனைச் சக்கரங்களைச் சுற்றப் பழக்கப்பட்டிருக்கின்றன. ஆகவே இவற்றுக்கு இன்னொரு பெயர் 'பிரார்த்தனை நாய்' (prayer dog). இந்தக் கைக்கு அடக்கமான சிறிய நாயைத் திபெத்திய மக்கள் தங்கள் அங்கிகளுக்கும் குளிருக்கு இதமாக வைத்துக்கொள்கின்றனர். உருவில் சிறியதாக இருந்தாலும் இது தைரியத்திற்கும் பேர்போனது. இது நல்ல காவல் நாயுமாகும்.

திபெத்திய ஸ்பானியல்

இது பிரித்தானியர்களிடையே மிகவும் பிரபலமடைந்த இனம். ஆங்கிலேயர்கள் நம்மை ஆண்டபோது, சிக்கிமில் க்ளாட் வைட் (Claude White) எனும் அரசியல் அதிகாரி இந்த நாய்கள் பலவற்றை வளர்த்தார். முதன்முதலாக 1905இல் ஒரு திபெத்திய ஸ்பானியலைத் திருமதி ஃப்ராங்க் வேர்மால்ட் (Mrs. Frank Wormald) என்பவர் இங்கிலாந்திற்கு எடுத்துச்சென்றார் என்று பன்னாட்டு நாய்க் கலைக்களஞ்சியம் (*International Encyclopedia of Dogs, 1974*) கூறுகிறது. பின்னர் 1920களில் டாக்டர் நான்சி கிரீக் (Dr. Nancy Grieg) என்ற மருத்துவர் தாம் இந்தியாவை விட்டுப் போகும்போது இந்த இன நாய்கள் பலவற்றைத் தம்முடன் எடுத்துச்சென்றார். என்றாலும் இரண்டாம் உலகப் போர் முடிந்த பின்னர்தான் இந்த இனம் இங்கிலாந்தில் பெருமளவில் பரவியது. இந்தியாவை விட்டுச்சென்ற சர் எட்வர்டு வேக்ஃபீல்டு

(Sir Edward Wakefield), சீமாட்டி வேக்ஃபீல்டு (Lady Wakefield) ஆகிய இருவரும் லாமா, டோல்மா என்ற பெயர்கள் கொண்ட இரண்டு திபெத்திய ஸ்பானியல் நாய்களை இங்கிலாந்துக்குக் கொண்டுசென்று இந்த இனத்தை விருத்திசெய்யத் தொடங்கினர். 1970களில் இங்கிலாந்தில் இந்த நாய்கள் ஏறக்குறைய ஆயிரம் இருந்தன என்கின்றது ஒரு பதிவு. ஆனால் இந்தியாவில் இந்த இனம் பிரசித்தி அடையவில்லை. என்ன காரணம் என்றும் என்னால் கூறமுடியவில்லை. இந்தியாவில் திபெத்திய அகதிகள் இந்த நாய்களை இங்கு கொண்டுவந்து அறிமுகப்படுத்தினர்.

நான் டாஷி என்று பெயர் வைத்திருந்த ஒரு பெட்டை திபெத்திய ஸ்பானியலை வளர்தேன். ஷில்லாங் நகரில் பணி புரிந்தபோது இந்த நாயை அருணாசலப் பிரதேசத்தில் உள்ள டவாங் நகரில் வாங்கினேன். எங்களுடன் பதினைந்து ஆண்டுகள் இருந்த டாஷி மிகவும் சுதந்திரமானவள். தனியாகவே இருப்பாள். நல்ல உடல் திடம். ஒரு முறை நான் டில்லியின் வசித்தபோது டாஷி ஒரு காரில் அடிபட்டுக் கல்லீரல் கிழிந்தபோதும் உயிர் பிழைத்து மேலும் பத்தாண்டுகள் எங்களுடன் இருந்தாள்.

திபெத்திய டெரியர்

நடுத்தர உருவமைப்பு கொண்ட இந்தச் சடைநாய் 35 செ.மீ. உயரமும் 12 கிலோ எடையும் கொண்டது. இது பொதுவாக வெள்ளை நிறமாக இருந்தாலும் மற்ற வண்ணங்களிலும்

திபெத்திய டெரியர்

காணமுடிகின்றது. இதன் முகத்தில் காணப்படும் அடர்ந்த முடியினால் இதற்குத் 'தாடி நாய்' என்ற பெயரும் உண்டு. இது ஒரு தொன்மையான இனம். உள்ளூர் மக்கள் இதை 'சாங் அப்சோ' என்று குறிப்பிடுகின்றனர். அதாவது திபெத்தில் உள்ள சாங் பகுதியில் தோன்றிய நாய் என்று பொருள். இதன் ரோமத்தைக் கத்தரித்து, யாக் எருமையின் ரோமத்துடன் சேர்த்து ஒரு மென்மையான கம்பளம் உருவாக்கப்படுகின்றது. இந்த நாய் ரோமத்தை அவ்வப்போது உதிர்க்கும். இதன் ரோமப் போர்வையை கவனமாகப் பேண வேண்டும். இமாசலப் பிரதேசத்தில் தர்மசாலா நகரில் இந்த நாய்கள் பிரபலம். காவலுக்கும், நல்வாய்ப்பைக் கொண்டுவரும் அதிர்ஷ்ட விலங்காகவும் (mascot) இது வளர்க்கப்படுகின்றது. தில்லி, கல்கத்தா போன்ற நகரங்களில் நாய்க் கண்காட்சிகளில் இவ்வின நாய்கள் கட்டாயம் ஒன்றிரண்டாவது தோற்றம் தரும். பன்னாட்டு நாய்க் கண்காட்சிகளிலும் இந்த இனத்தை அடிக்கடி பார்க்கலாம்.

இந்த இனம் டெரியர் என்று பெயர் கொண்டிருந்தாலும் ஐரோப்பியாவில் உள்ள பல வித டெரியர்களுக்கும் இந்த நாய்க்கும் எந்த விதச் சம்பந்தமும் இல்லை. அது மட்டுமல்ல, அந்த டெரியர்களைப்போல இது மண்ணைத் தோண்டும் பழக்கம் கொண்டதல்ல. பிரித்தானியர்கள் தங்கள் விருப்பம்போல வைத்த பெயர். இந்தியப் பறவைகளுக்கும் அதைத்தானே செய்திருக்கின்றார்கள்.

வேட்டை நாய்கள்

பன்னாட்டளவில் நாய்கள் இரு பெரும் பிரிவுகளாகக் காணப்படுகின்றன – பார்வை நாய்கள் (sight hounds), மோப்ப நாய்கள் (scent hounds). நம் நாட்டு வேட்டை நாய்கள் எல்லாமே கண் பார்வையை நம்பி வேட்டையில் ஈடுபடுவை. அவற்றுக்கு மோப்ப சக்தி இருக்கும்; ஆனால் பார்வையை ஆதாரமாகக் கொண்டுதான் அவை இயங்கும். தலையை உயர்த்தி வைத்திருப்பதிலேயே இதை அறியலாம். எடுத்துக் காட்டாக, ராஜபாளையம் நாய்க்கு நல்ல மோப்ப சக்தி இருந்தாலும் வேட்டையில் ஈடுபடும்போது பார்வைதான் அதற்கு முக்கியமாகின்றது.

அலக்னூரி

கோலாப்பூர் ராஜா ஷாகு மஹராஜுக்குக் குதிரையேறிக் காட்டுப்பன்றிகளைத் துரத்தி ஈட்டியால் குத்தும் வேட்டையில் (pig-sticking) மிகுந்த ஈடுபாடு. இதற்காக கிரேஹவுண்ட் இன நாய்களை இங்கிலாந்திலிருந்து இறக்குமதி செய்தார். அவற்றைக் கர்நாடகாவிலுள்ள அலக்னோரி என்ற கிராமத்தில் தமக்கு இருந்த வேட்டைக் காட்டில் வளர்த்துவந்தார். இந்த நாய்கள் வேகமாக ஓடக்கூடியவை என்றாலும் நம் நாட்டின் வெப்பத்தில் சுருண்டன. ஆகவே உள்ளூர் காரவான் இன நாய்களுடன் இனச்சேர்க்கை செய்து ஒரு கலப்பினத்தை உருவாக்கி அதற்கு ‘அலக்னூரி’ என்று பெயர் சூட்டினார். வெள்ளையும் கறுப்பும் கலந்த குட்டையான ரோமப் போர்வையுடைய நாய் இது என விவரிக்கப்பட்டுள்ளது. இந்த இனம்

கவனிப்பாரற்று அற்றுப்போய்விட்டது என்று நினைக்கின்றேன். இந்த நாய் ஒன்றைக்கூட நான் பார்க்கமுடியவில்லை.

ஆனால் ஜூன் 2016இல் அமெரிக்காவில் நாய்களைப் பற்றி அடிக்கடி எழுதுபவரான ஜூடி டேலர் (Judy Taylor) எழுதிய Alaknoori Training Guide எனும் நூல் வெளிவந்தது. இந்த இன நாயைப் பராமரிப்பது, பழக்குவது எப்படி என்பதை இந்நூல் விளக்குகின்றது. அமெரிக்காவில் இந்த இன நாய்கள் சில இருக்கின்றன என்பது தெரிகின்றது.

அலக்னூரி

கன்னி

ஒல்லியான, வலுவான உடல் கொண்ட கன்னி நாய் சிவிங்கிப்புலி போல் படுவேகமாக ஓடக்கூடியது. 64 செ.மீ. உயரமும் சுமார் 35 கிலோ எடையும் உள்ள, கம்பீரமான தோற்றம் கொண்டது. தொங்கு காதுகள், நீண்ட, மெல்லிய வால் கொண்ட கன்னி, அரிதாகவே குலைக்கும். ரோமப் போர்வை பெரும்பாலும் கருப்பாக இருக்கும். அரிதாகப் பழுப்பு நிறக் கன்னியைக் காணமுடியும். இதைப் பால்கன்னி என்று குறிப்பிடுகின்றார்கள். காலும் முகத்தின் முன் பாகமும் கபில நிறத்தில் இருக்கும். சில கன்னி நாய்களின் கண்ணிமைகளுக்கு மேலே இரு மஞ்சள் புள்ளிகள் இருக்கும். இதைப் பொட்டுக் கன்னி என்கிறார்கள்.

கன்னி நாய்

இமாலய மாஸ்டிஃப் இனத்திற்கும் இந்த மஞ்சள் புள்ளி இருக்கும். இப்படிப்பட்ட மஞ்சள் புள்ளிகள் இல்லாத நாய்களைக் கருங்கன்னி என்கின்றனர். காதுகளின் அமைப்பை வைத்து – மடி காது, குத்து காது, நெறிகாது என – இந்த நாய்களை வகைப்படுத்தும் பழக்கம் இங்கு உள்ளது. இந்த அரிதான இன நாய்களை மேற்குத்

சு. தியடோர் பாஸ்கரன்

தொடர்ச்சி மலை அடிவாரப் பகுதிகளில், திருநெல்வேலியிலிருந்து பொள்ளாச்சிவரை காணலாம். நான் முதன்முதலாகக் கன்னி நாயைப் பார்த்தது 1982ஆம் ஆண்டு பொள்ளாச்சிக்கு அருகே உள்ள சமத்தூர் கிராமத்தில். அதற்கு அடுத்த முறை 2016இல் நாகர்கோவிலில் நடந்த இந்திய நாய்க் கண்காட்சியில்தான் பார்த்தேன். வேட்டைக்குப் பயன்படுத்தப்படும் இந்த நாய் சீதனமாகக் கொடுக்கப்பட்டதால் கன்னி என்ற பெயர் வந்தது என்று கேள்விப்பட்டிருக்கின்றேன். ஆனால் தமிழ்நாட்டில் நாயைச் சீதனமாக எந்தச் சமூகத்திலும் கொடுப்பதாக வரலாறு இல்லை. உள்ளூர் நாயினங்களைப் பற்றி நல்ல பட்டறிவு கொண்ட சிவா சித்து, 'கன்னி' என்ற பெயர் அதே பெயரைக் கொண்ட கறுப்பு நிற ஆட்டிலிருந்து வந்தது என்கின்றார். இந்தப் பெயர்க் காரணம்தான் பொருத்தமானது என்று நினைக்கின்றேன். ஹோசூர் கால்நடைப் பண்ணையில் கன்னி இன ஆடுகளை இனவிருத்தி செய்து பராமரிக்கின்றார்கள்.

சில உள்ளூர் நாய் ஆர்வலர்கள் 'கன்னி – சிப்பிப்பாறை நாய் இனம் காப்போர் சங்கம்' என்ற அமைப்பை உருவாக்கியுள்ளனர்.

பஞ்சாரா

ரட்யார்டு கிப்ளிங்கின் (Rudyard Kipling) தந்தை ஜே.ஹெச். கிப்ளிங் 1894இல் மும்பையில் இருந்தபோது உள்ளூர் நாய்களிடம் ஈர்க்கப்பட்டார். "இந்திய நாய்களில் மேற்குடி இனம் என்று ஏதும் பெரிதாக இல்லை. நாய்களில் நல்ல இனம் ஒன்று நாடோடிகளான பஞ்சாரா மக்களால் வளர்க்கப்படுகின்றது" என்று பதிவுசெய்திருக்கின்றார். வணிகச் சரக்குகளை ஊர் ஊராகச் சென்று விற்பனை செய்த இவர்கள் தங்களது பொதிமாடுகளுடன் இந்த நாய்களையும் கூட்டிச்சென்றனர். இரவில் தங்குமிடத்தில் காவலுக்கு இவை பயன்படுத்தப்பட்டன.

டபிள்யூ.எஃப். சின்க்ளேர் (W.F. Sinclair) என்ற ஆங்கிலேய அதிகாரி, மும்பைக்கு அருகில் உள்ள தானேயில் பணி புரிந்த போது இந்த உறுதியான நாய்களைப் பற்றி 1892இல் *பம்பாய் இயற்கை வரலாற்று கழகத்தின் சஞ்சிகையில் (The Journal of the Bombay Natural History Society)* ஒரு கட்டுரை எழுதினார். இந்த வணிக நாடோடிகள் 'வாஞ்சாரி' அல்லது 'லம்பாணியர்' என அறியப்பட்டார்கள் என்றும் அவர்களது நாய் பஞ்சாரா நாய் என்று குறிப்பிடப்பட்டது என்றும் அவர் எழுதினார்.

இந்த நாயை டென்மார்க் நாட்டின் பன்றிவேட்டை நாயுடன் (Danish boar hound) ஒப்பிட்டார். அதேபோல முரட்டுத்தனமாக இருக்கும் என்றும் பழக்குவது கடினம் என்றும் எழுதினார்.

பஞ்சாரா

இவை மூர்க்கமாகவும் பயமின்றியும் இருக்கும். பழகியவர் களுக்குத் தொந்தரவு தராது. இந்த நாய்களின் ரோமப் போர்வை குட்டையாகவும் பெரும்பாலும் கருப்பு வண்ணத் திலும் இருக்கும். அரிதாகச் செவலைகளையும் கருப்புக் கோடுகளை உடையவற்றையும் காணலாம். லம்பாடிகளைத் தவிர வேறு யாரும் இந்த நாயை வளர்ப்பதை நான் கண்ட தில்லை. அவர்களிடையேயும் இது அதிகமாக இல்லை.

ஆசிய நாய்களைப் பற்றி விவரம் தெரிந்தவரான ஹெச்.ஏ. புஷ், பஞ்சாரா நாயைப் பற்றி 1908இல் நாய்க் கலைக்களஞ்சி யத்தில் "சந்தேகத்திற்கிடமின்றி இது ஒரு தனித்துவமான நாயினமாக அறியப்பட வேண்டும்" என்று எழுதுகின்றார். 1860களிலேயே இந்த இனத்தைக் கவனித்த நாய் ஆர்வலர்கள் இந்த பஞ்சாரா நாய்கள் பாரசீக வேட்டை நாய்கள் (Persian greyhound)போல இருக்கின்றன, ஆனால் அவ்வளவு ஒல்லியாக இல்லை என்று குறிப்பிட்டிருக்கின்றார்கள். பஞ்சாரா நாயை வேட்டைக்குப் பயன்படுத்திய சில பிரித்தானிய அதிகாரிகள் அதன் தைரியத்தை மெச்சியிருக்கின்றார்கள்.

இந்த நாய் சராசரி 65 செ.மீ. உயரமும் 25 கிலோ எடையும் கொண்டது. இதன் மிருதுவான ரோமப் போர்வை கருப்பு நிறமாக, அல்லது சாம்பல் நிறம் கலந்ததாக இருக்கும். சில ஆர்வலர்கள் இதுவும் ஒரு வகை காரவான் நாய்தான் என்றும் தனி இனம் அல்ல என்றும் வாதிடுகின்றார்கள்.

சு. தியடோர் பாஸ்கரன்

காரவான்

மகாராஷ்டிர மாநிலத்தின் தென் மாவட்டங்களிலும் தக்காணப் பீடபூமியிலும் காணப்படும் இந்த நாயினம் 'கார்வானி' என்றும் குறிப்பிடப்படுகின்றது. உத்கிர் எனும் ஒரு சிறு நகரத்தில் உள்ள ஆர்வலர்கள் இந்த இனம் அற்றுப்போகாமல் பராமரித்து வந்திருக்கின்றார்கள். அதேபோல அந்த மாநிலத்தில் உள்ள லாட்டூர் மாவட்டத்தில் மாலங்கி எனும் சிற்றூரில் இந்த நாயினத்தைப் போற்றி வளர்ப்பவர்கள் சிலர் உள்ளனர். அரபு நாட்டிலிருந்து ஒட்டகங்களுடன் வந்த வணிகர்களுடன் ஆஃப்கன் வேட்டை நாயும் (Afghan hound) சலூக்கி (Saluki) நாயும் வந்தன. அவற்றின் வம்சாவளியே காரவான் நாய். வணிகர்கள் அவர்களது

காரவான்

ஒட்டகப் பயணத்தை காரவான் என்று குறிப்பிடுவார்கள். அதே சொல் இந்த நாயினத்திற்கும் பெயரானது.

சில நூற்றாண்டுகளுக்குமுன் ஹைதராபாத் நிஜாமின் ராணுவப்படை வீரர்கள் தங்களுடன் இந்த நாய்களையும் கூட்டிச் சென்றதுண்டு. ஆங்காங்கே படைகள் தங்கியபோது, அங்கு உதவி செய்த உள்ளூர் ஆட்களுக்கு இந்த நாய்க்குட்டிகளைக் கொடுத்தனர்.

குட்டையான ரோமப் போர்வையுடைய இந்த நாய் சுமார் 65 செ.மீ. உயரமும் 22 முதல் 28 கிலோவரை எடை கொண்டது. பொதுவாக இளமஞ்சள் நிற ரோமப் போர்வை உடையது. மற்ற நிறங்களும் இருக்கலாம். அரிதாகக் கருப்பு காரவான் நாயையும் பார்க்கமுடியும். முகம் கூர்மையாய் நீண்டு இருப்பது இந்த இனத்தின் ஓர் அடையாளம். பாரம்பரியமாக ஒரு நாய் சரியான காரவனா என்று அறிய ஒரு வளையலுக்குள் அதன் முகத்தை செலுத்துவார்கள். வளையல் அதன் நெற்றிவரை சென்றால் அது நல்ல அறிகுறி. இந்த இன நாய்களைப் பற்றி நன்கு அறிந்த அமோல் தேஷ்பாண்டே இது ‘ஒரு ஆள் நாய்’ என்றும் ஒருவருக்கு மட்டுமே கீழ்ப்படியும் என்றும் கூறுகிறார். இயல்பில் ஆப்பிரிக்காவில் காணப்படும் அசாவாக் இன நாய் போன்றதுதான் காரவனும் என்கிறார் நாயின நிபுணர் அனிதா ஆஷ்லின்.

2015ஆம் ஆண்டு மார்ச் 29ஆம் நாள் காரவான் நாயினத்தின் எதிர்காலத்தில் அக்கறை கொண்ட நாற்பது ஆர்வலர்கள் மகாராஷ்டிராவில் கோலாப்பூருக்கு அருகே உள்ள கோனெரி என்ற இடத்தில் கூடினார்கள். இந்த நாயினத்தைப் பேணுவதும் அதன் தர அளவுகள் பற்றி பேசுவதும்தான் அவர்கள் நோக்கம். பெல்ஜியத்தில் உள்ள பன்னாட்டு நாயின அமைப்பிற்கு (Federation Cynologique Internationale) அவர்கள் எழுதிய கடிதத்தில் காரவான் இனத்தின் மூலக்கூறு மாதிரி (DNA sample) பரவலாகச் சேகரிக்கப்பட வேண்டும் எனக் கேட்டுக்கொண்டார்கள். அந்தக் கடிதத்திலிருந்து ஒரு பகுதி:

> இந்திய வரலாற்றின் உயிர்ப்பு மிக்க ஒரு பகுதியான, உன்னதமான நாயினமாகிய காரவான் இனம் பிழைத்திருக்க வேண்டும் என்றும் நாங்கள் மிகுந்த அக்கறை கொண்டுள்ளோம். உள்ளூர் மொழியில் இது காரவானி என்றும் அழைக்கப்படுகின்றது. இந்த முக்கியமான தருணத்தில் காரவான் நாயினத்திற்கு உங்கள் ஆதரவு வேண்டும் என்று இதை எழுதுகின்றோம். பல ஆண்டுகளாக நாங்கள் உன்னிப்பாகக் கவனித்து வந்ததன் விளைவாகவும் அண்மை

யில் நாங்கள் சிலர் இந்தியா வந்து அறிந்ததிலிருந்தும் நிலைமை மோசமாக இருப்பதாக நம்புகின்றோம். இந்த இனம், கிரேஹவுண்டுகள், விப்பெட் (whippet), சலூக்கி (Saluki) போன்ற நாயினங்களுடன் கலப்பினப்பெருக்கம் செய்வதால் வேகமாகச் சீரழிந்து வருகின்றது. நாய் மன்றங்கள் நம் நாயினங்களைப் பாதுகாக்க நடவடிக்கை எடுக்க வேண்டும். காரவான் நாயைப் பொறுத்தவரையில் இந்தப் பொறுப்பை அவர்கள் நிறைவேற்றவில்லை. இன்று நாய்க் கண்காட்சிகளில் காட்டப்படும் காரவான் நாய்கள் கிராமப்புறத்தில் காணப்படும் பாரம்பரிய காரவான் இனத்திலிருந்து மிகவும் மாறுபட்டிருக்கின்றது. இந்தச் சிறந்த நாயினம் மெல்ல மெல்ல மறைந்து கொண்டிருக்கும்போது, இதிலிருந்து வேறுபட்ட ஓர் இனம் 'இதுதான் காரவான்' என்று பன்னாட்டளவில் காட்டப்படுவதை எங்களால் சகித்துக்கொள்ள முடியவில்லை. அதிலும் உண்மையான காரவான் இனத்திற்குச் சிறிதே சம்பந்தம் உள்ள இது இந்தியாவிலிருந்து சர்வதேச அளவில் முதல் இனமாக அங்கீகரிக்கப்படுவது பொருத்தம் இல்லை என்று நினைக் கின்றோம். இத்துடன் நாய்க் கண்காட்சிகள் சிலவற்றில் பரிசு பெற்ற காரவான் நாய்களின் சில நிழற்படங்களையும் கிராமப்புறத்தில் காணப்படும் அசல் காரவான் நாய்களின் படங்களையும் இணைத்து அனுப்புகின்றோம். நாய்களைப் பற்றிய உங்களது பட்டறிவின் அடிப்படையில் எது உண்மையான இனம் என்பதை நீங்களே தீர்மானித்துக் கொள்ளுங்கள்."

அதே மாதத்தில் – மார்ச்சில் – தங்களை காரவானி நாயினக் குழு என்று குறிப்பிட்டுக்கொண்டவர்கள் புனே நகருக்கு அருகே உள்ள பாராமதியில் கூடினார்கள். இந்திய நாய் மன்றத்திற்கு இந்த நாயினத்திற்கான தராதரங்களை விவரித்து ஒரு கடிதம் எழுதினார்கள். காரவான் நாயினத்தைப் பற்றி நன்கு அறிந்த பாலாசாஹேப் ஜாசக், சுனில் பவார் போன்றோர் இதில் கையொப்பமிட்டிருந்தனர். இந்த இனத்தின் தராதரங்கள் பற்றி இவர்களிடையேயும் வேறுபட்ட கருத்துக்கள் இருந்தன. எனினும் இந்த இனம் இந்தியாவிலும் வெளிநாட்டிலும் பிரசித்திபெற ஆரம்பித்துள்ளது. அமெரிக்காவில், பல நாயினங்களைப் பற்றி டி–ஷர்ட்டுகள் தயாரிக்கும் நிறுவனம் ஒன்று காரவான் இனத்தைப் போற்றி ஒரு டி–ஷர்ட்டை வெளியிட்டுள்ளது. காரவான் நாய் ஒன்றின் படத்துடன் "எனக்கு ஒரு காரவான் நாய் கிடைக்கும் வரை நான் எல்லோரையும் போலத்தான் இருந்தேன்" என்ற வாசகமும் கொண்டது இந்த சட்டை.

குருமலை

திருநெல்வேலி மாவட்டத்தில் குருமலை எனும் ஊர்ப்பகுதியில் காணப்படும் இனம். இந்த நாயை நான் ஒரு முறைதான் – 1971இல் – பார்த்திருக்கின்றேன். சுமார் 60 செ.மீ. உயரமும் 30 கிலோ எடையும் கொண்ட இந்த நாயின் ரோமப் போர்வை குட்டையானது. சரியான வேட்டை நாயின் உடலமைப்பைக் கொண்டது. கருமை கலந்த கபில நிறம். கருப்புக் கோடுகளுடன் கூடிய நாய்களையும் காணமுடியும். அண்மையில் இவ்வினம் பற்றிய செய்தி எதுவும் இல்லை. சில நாட்டுநாய் நிபுணர்கள், குருமலை ஒரு தனி இனமல்ல என்றும் அது சற்று வேறுபட்ட சிப்பிப்பாறைதான் என்றும் கூறுகின்றனர்.

குருமலை

முதோல்

தட்சிணப் பீடபூமி நாட்டு நாயினங்கள் சிலவற்றிற்குப் பேர்போன பகுதி. அவற்றில் ஒன்று முதோல் இன நாய். கர்நாடகாவில் பாகல்கோட்டிற்கு அருகே உள்ள முதோல் நகரம் முன்காலத்தில் ஒரு சிறிய சமஸ்தானமாக இருந்தது. அந்த ஊரின் அரசராக இருந்த ராஜா மாலோஜிராவ் வெங்கட்ராவ் கோர்ப்பாடே அந்தக் காலத்தின் மற்ற சிற்றரசர்கள்போலவே வேட்டையில் ஈடுபாடு கொண்டவர். எப்போதும் பல நாய்களுடனேயே வேட்டைக்குச் செல்வார். இவர் இங்கிலாந்திலிருந்து சில வேட்டை நாய்களை (greyhound) தருவித்து, தன்னிடம் இருந்த

நாட்டுநாய்களுடன் கலப்பு இனப்பெருக்கம் செய்தார். அவ்வாறு உருவாக்கப்பட்டதுதான் முதோல் இனநாய்.

பாகல்கோட்டில் உள்ள நாயின ஆராய்ச்சி மற்றும் தகவல் மையம் (Canine Research and Information Centre) வெளியிட்டிருக்கும் ஒரு கையேடு, ராஜா கோர்ப்பாடேயின் வாரிசு ஒருவர் 1937இல் ஐந்தாம் ஜார்ஜ் மன்னருக்கு ஒரு ஜோடி முதோல் நாய்களைப் பரிசளித்தார் என்கின்றது. இந்த நிகழ்வால் முதோல் நாயினம் பிரசித்தி பெற்றது. பின்னர் வந்த பரவசிங் மகராஜ் இந்த நாயினத்தைப் பேணுவதில் ஆர்வம் காட்டினார். கோலாப்பூர் மகாராஜாவான ஷாகு மகராஜ் பன்றி வேட்டையில் ஈடுபாடு கொண்டவர். அவரும் முதோல் நாய்களைக் கவனித்துக் கொண்டார். இந்த ராஜா குதிரை மீதேறி, முதோல் நாய்கள் பின் தொடரப் பன்றி வேட்டைக்குச் செல்வதுபோன்ற ஒரு சிலை கோலாப்பூரில் இருக்கின்றது. இவர் குதிரைப்பந்தயம் போலவே நாய்ப்பந்தயம் நடத்த முயன்றார். ஆனால் அதைத் தொடரமுடியவில்லை.

முதோல் நகரில் வசித்த சந்தானசிவா குடும்பத்தாரிடம் இந்த நாயினத்தைப் பேணும் பொறுப்பை ராஜா கொடுத்திருந்தார். இன்றளவும் இந்தக் குடும்பத்தார் இந்த நாயினத்தை இனப் பெருக்கம் செய்துவருகின்றனர். மும்பையில் மதன் தியேட்டர்ஸ்

முதோல் நாய், சூட்டுத் தழும்புகளுடன்

என்ற நிறுவனத்தின் அதிபர் டி.ஜே. மதன், முதோலைப் பராமரிப்பதில் ஆர்வம் காட்டினார்.

குல்பர்கா மாவட்டத்தில் உள்ள பேடர் இன மக்களும் (வேடர்கள்) பீஜப்பூரில் உள்ள தல்வார் இன மக்களும் இன்றும் முதோல் நாய்களை வேட்டையில் ஈடுபடுத்திவருகின்றார்கள். மான், முயல் போன்ற விலங்குகளைத் துரத்துவதில் இந்த நாய் கில்லாடி. பாய்ச்சலிலேயே திசை திரும்பும் திறமை கொண்டது.

நாய் கலைக்களஞ்சியத்தில் முதோல் பற்றிப் படத்துடன் ஒரு குறிப்பு உள்ளது. 1990இல் மும்பையில் முதன்முறையாக ஒரு கண்காட்சியில் முதோல் காட்டப்பட்டது. பின்னர் பெங்களூரு போன்ற நகரங்களிலும் காட்சிக்கு வைக்கப்பட்டது.

நீண்ட, மெல்லிய கால்கள், நீண்ட வால், கூர்ந்த முகம், பெரிய நெஞ்சு ஆகிய அம்சங்களுடன் முதோல் ஒரு சரியான வேட்டை நாயின் உடலமைப்பைக் கொண்டிருக்கின்றது. குட்டையான ரோமப் போர்வை; பொதுவாகப் பழுப்பு நிறம் கொண்டது; அரிதாகக் கருப்புப் பகுதிகள் உள்ள நாய்களும் உண்டு. ஏறக்குறைய 70 செ.மீ. உயரமும் 30 கிலோ எடையும் கொண்ட முதோல், உருவில் பெரியது. பெட்டை உருவில் சிறியதாக இருக்கும். மற்ற வேட்டை நாய்களைக்காட்டிலும் முதோல் பழகுவதற்கு எளிது என்கின்றார்கள் அவற்றை வளர்ப்பவர்கள்.

பாகல்கோட்டில் உள்ள நாயின ஆராய்ச்சி மற்றும் தகவல் மையத்தின் இயக்குனர் டாக்டர் மஹேஷ் தொட்டமானி கூறுகின்றார்: "பிரித்தானியர்கள் இங்கு வந்தபோது அவர்களுடன் வந்த கிரேஹவுண்டு, சலூக்கி, ஸ்லோகி (Sloughi) போன்ற இனங்களின் கலவைதான் முதோல் இன நாய்கள். அவர்கள் நாட்டிலிருந்து நாய்களை இங்கு கொண்டுவந்து சிறந்த வேட்டை நாய்களை உருவாக்க உள்ளூர் நாய்களுடன் கலப்பு இனப்பெருக்கம் செய்தனர்."

இன்றும்கூட நாய் வளர்ப்போர் சிலர், கிரேஹவுண்டுகளுடன் முதோல் நாய்களைச் சேர்த்துக் கலப்பினம் செய்கிறார்கள் என்று சில முதோல் ஆர்வலர்கள் வருத்தப்படுகின்றார்கள். இதனால் வெப்பநிலையைத் தாங்கிக்கொள்ள முடியாத நாய்கள் உருவாக்கப்படுகின்றன.

குட்டிகளை வாங்க முற்படுவோர் முதோல் நாயின வளர்ப்போர் சங்கம் (The Mudhol Dog Breeders Association) வைத்திருக்கும் தரவுத்தளத்தைப் பயன்படுத்திக்கொள்ளலாம்.

கைக்காடி

மகாராஷ்டிரா, குஜராத் ஆகிய மாநிலங்களில் கல் தச்சு வேலை செய்யும் கைக்காடி எனும் நாடோடி இன மக்கள், ஊர் ஊராகப் போய் அம்மி, ஆட்டுக்கல், இவைகளைக் கொத்திப் பிழைப்பவர்கள். அது மட்டுமல்லாமல் மூலிகைகளைச் சேகரித்து நாட்டு வைத்தியமும் செய்வார்கள். அவர்கள் பாரம்பரியமாக வளர்த்துவந்த நாயினம் கைக்காடி. அந்த மக்களின் பெயரிலேயே இந்த நாயினமும் அறியப்படுகின்றது. 40 செ.மீ. உயரமும் சுமார் 20 கிலோ எடையும் கொண்ட இந்த நாய் உருவில் பெரியதல்ல. கூட்டாக, உடும்பு, கீரி, முயல் போன்ற சிறு விலங்குகளை வேட்டையாடப் பயன்படுத்தப்பட்டது. நீண்ட உறுதியான கால்களும் கொண்ட கைக்காடியின் வால் நீண்டு, ஆனால் உயராமல் இருக்கும். கூரிய முகமும் தொங்கும் காதுகளும் கொண்டது. சில சமயம், வேட்டையின்போது, காதுகள் விறைத்து நிற்கும். இதன் குட்டையான ரோமப் போர்வையின் நிறம் கறுப்பு, பழுப்பு, வெள்ளை என வேறுபடும். ஆனால் இந்த இனம் பாதுகாப்பவர்கள் யாரும் இல்லாததால் மறைந்துகொண்டிருக்கின்றது.

கைக்காடி

சிப்பிப்பாறை

தென்னிந்தியாவின் பிரசித்திபெற்ற வேட்டை நாயினம் சிப்பிப்பாறை. கோவில்பட்டி மாவட்டத்தில் உள்ள ஒரு சிற்றூர் சிப்பிப்பாறை. ஆனால் இந்த ஊருக்கும் இந்த நாயினத்திற்கும் பெயரைத் தவிர வேறு ஏதும் சம்பந்தம் இருப்பதாகத் தெரியவில்லை. இந்த இனத்தின் பெயருக்குக் காரணம் என்ன என்பதையும் என்னால் தெரிந்துகொள்ளமுடியவில்லை. இந்த நாய்களை இன்றும் வேட்டைக்குப் பயன்படுத்துகிறார்கள். இவற்றை உள்ளூர் ஆட்கள் வேட்டை நாய் என்றோ புள்ளைக்கன்னி என்றோதான் குறிப்பிடுகின்றார்கள். நீண்ட கால்களும் காற்றைக் கிழித்துக்கொண்டு போவதற்கானது போன்ற மெலிந்த உடமைப்பும் ஓட்டத்திற்கு ஏற்றவாறு உள்ளது. நீண்ட முகம்; கண்கள் தலையில் ஏறக்குறைய உச்சியில் அமைத்துள்ளதால் மிகப் பரந்துள்ள பார்வை கிடைக்கின்றது. இது வேட்டையில் உதவும் ஒரு நல்ல தகவமைப்பு. சுமார் 63 செ.மீ. உயரமும் 30 கிலோ எடையும் கொண்ட இந்த நாயினம் பொதுவாகப் பழுப்பு நிற ரோமப் போர்வை கொண்டது. ஆனால் மற்ற நிற நாய்களும் உண்டு என்கின்றார் தமிழக நாய்கள் பற்றிய விவரங்களைப் பதிவுசெய்துவரும் இளைஞர் சிவா சித்து.

சிப்பிப்பாறை

சு. தியடோர் பாஸ்கரன்

லேசான சிவப்பு நிற நாயை 'செவலைப்புள்ளை' என்றும் கபில நிற நாயைப் 'பருக்கி' என்றும் குறிப்பிடுகின்றார்கள். தென் தமிழ்நாட்டில் இந்த நாய்களின் வம்சாவளியைக் குறிப்பிட்டுச் சொல்கின்றார்கள் என்கின்றார் சிவா சித்து. "அரியநாயகிபுரம் வேம்புசாமிப் பாண்டியர் செம்பறை வழி" என இந்த வழிகள் ஒரு நாயின் மதிப்பை நிர்ணயிக்கின்றன.

சிப்பிப்பாறை கலப்பற்ற ஓர் இனம் என்றும் அதன் ரத்தம் மற்ற எல்லா இன நாய்களுக்கும் குருதியேற்றம் செய்யப்படலாம் (universal donor) என்றும் கால்நடை மருத்துவர்கள் கூறுகின்றனர். கடந்த சில ஆண்டுகளில் இந்த இன நாய் பிரபலமடைந்து இதன் குட்டிகளை வாங்கப் பலர் ஆர்வம் காட்டுகின்றார்கள். சென்னையில் சிலர் சிப்பிபாறைகளை வளர்க்கின்றார்கள். தமிழ்நாட்டில் சென்னை, கோவை போன்ற நகரங்களில் நடத்தப்படும் நாய்க் கண்காட்சிகளில் இந்த கம்பீரமான நாய்கள் பலவற்றைக் காணலாம்.

பஷ்மி

சில நூற்றாண்டுகளுக்கு முன் ஆஃப்கானிஸ்தானிலிருந்து புலம் பெயர்ந்து தக்காணத்திற்கு வந்த பதான்கள், (பட்டாணியர்), ரோஹில்லாக்கள் ஆகியோருடன் வந்த நாயினம்தான் பஷ்மி என்று கூறப்படுகின்றது. இந்த இனத்தின் மற்றொரு பெயரான பழைய ஆஃப்கன் வேட்டை நாய் (Old Afghan Hound) பஷ்மி இனத்தின் சொந்த நிலத்தைச் சுட்டிக்காட்டுகின்றது. பிரிட்டிஷ் காலத்தில் இது பலூச்சி நாய் (Baluchi hound) என்றும் குறிப்பிடப்பட்டது. நாய்களைப் பற்றி அன்று வெளியான ஒரு கலைக்களஞ்சியத்தில் *(Hutchinson's Dog Enclyclopaedia)* இந்த இன நாய்கள் வடமேற்கு இந்தியாவில் காவலுக்காகப் பயன்படுத்தப்பட்டன என்றும் ஒரு பிரிட்டிஷ் அதிகாரி இரண்டு கோட்டைகளில் இந்த நாய்கள் காவல் காத்துக்கொண்டிருந்ததைக் கண்டதாகவும் பதிவுசெய்யப்பட்டுள்ளது.

இன்று பஷ்மி நாய் மகாராஷ்டிராவிலும் ஆந்திராவிலும் வளர்க்கப்படுகின்றது. அதுவும் மகாராஷ்டிராவில் லாட்டூர் மாவாட்டத்தில் உள்ள ஜான்வல் எனும் ஊரில்தான் அதிகமான பஷ்மிகள் இருக்கின்றன. அதேபோல மாலங்கி என்ற ஊரில் வசிக்கும் விவசாயி ராஜாசாஹேப் படேல் இந்த நாய் வளர்ப்பில், இனவிருத்தியில் மிகுந்த ஆர்வம் காட்டுகின்றார். இந்தப் பகுதியில் ஆறு பேர் மட்டுமே இந்த நாய்களைப் பொறுப்புடன் இனவிருத்தி செய்கிறார்கள் என்று கூறும் இவர், இந்த இனத்தின் எதிர்காலத்தைப் பற்றிக் கவலைப்படுகின்றார்.

நன்கு வளர்ந்த பஷ்மி நாய் ஏறக்குறைய 60 செ.மீ. உயரமும் 30 கிலோ எடையும் கொண்டது. ஒல்லியான உடலும் ஒட்டிய வயிறும் நீண்ட கால்களும் கொண்ட பஷ்மி ஓடித் துரத்துவதில் கில்லாடி. சரியான வேட்டை நாயைப்போல நிமிர்ந்திருக்கும் தலை, இது நல்ல பார்வை நாய் என்பதைக் காட்டுகின்றது. காதுகளிலும் வாலிலும் நிறைந்திருக்கும் ரோமம் இந்த இனத்தின் அடையாளம். பஷ்மி என்ற பாரசீக சொல்லுக்குப் பொருள், ரோமம். பஷ்மினா சால்வை நினைவிற்கு வருகின்றதா? முயல், சிங்காரா மான் போன்ற விலங்குகளைத் துரத்தி வேட்டை யாடும்போது களைத்துப்போகாமல் வெகுநேரம் ஓடக்கூடிய நாயினம் என்று பெயர் பெற்றது பஷ்மி.

பஷ்மி நாய்கள்

நான் முதன்முறையாக இந்த நாய்களைப்பார்த்தது ஹைதராபாதிற்கு அருகே உள்ள வனப்பருத்தி என்ற சமஸ்தானத் தில். நாங்கள் தங்கியிருந்த நண்பர் வீட்டில் இரண்டு பஷ்மி நாய்களை வளர்த்து வந்தார். எழிலான தோற்றமுடைய இவை ஓடும்போது காலின் நுனியை மட்டும் ஊன்றி ஓடுவது போலிருக்கும்.

1970களில் மகாராஷ்டிராவில் காவல் துறை டெபுடி இன்ஸ்பெக்டர் ஜெனரலாக பணிபுரிந்த யு.கே. ராஜ்வாடே சில பஷ்மி நாய்களைக் காவல் துறை நாய்ப் பிரிவில் சேர்த்தார். அவை செய்த வேலை பற்றிய தகவல் கிடைக்கவில்லை. இன்று உலகெங்கும் காவல் துறையில் மட்டுமல்ல, ராணுவத்திலும் பணிபுரியச் சிறந்த நாய் என்று கருதப்படுவது பெல்ஜியன் மாலினாய் (Belgian Malinois). இந்த வகை நாய்கள் ஈராக் போரில் ஈடுபடுத்தப்பட்டன. இந்திய ராணுவத்திடமும் இவை உள்ளன.

ராம்பூர்

ராம்பூர் வேட்டை நாய் இந்தியாவில் நாய்க் கண்காட்சியில் முதன்முறையாக இடம்பெற்ற நாயினங்களில் ஒன்று. பொலிவான தோற்றமுடைய இந்த நாய்கள் ரோஹில்கண்ட் என்ற சமஸ்தானத் தில் தோன்றியவை. இன்று மொராதபாதிற்கும் பரேலிக்கும் இடையில், தில்லிக்கும் லக்னோவிற்கும் நடுவில் உள்ள ராம்பூர் மாவட்டம்தான் முந்தைய சமஸ்தானம். 18ஆம் நூற்றாண்டில் ரோஹில்லா யுத்தம் என வரலாற்றாசிரியர்கள் குறிப்பிடும் சண்டையில் பிரித்தானியப் படைகள் இந்த ராச்சியத்தை அடிக்கடி தாக்கிக் குலைத்தன. ஒரு நவாப் வம்சத்தால் ஆளப்பட்ட இந்தச் சிறிய சமஸ்தானம் 1801இல் பிரித்தானியர் பிடிக்குள் வந்தாலும், தனது பாரம்பரியத்தைத் தக்கவைத்துக்கொண்டது. அதில் ஒன்றுதான் ராம்பூர் இன நாய்.

ஏறக்குறைய 300 ஆண்டுகளாக இந்த நாயினம், அரசர் களுக்கும் ஜமீன்தார்களுக்கும் பிடித்த இனமாக இருந்திருக்கின்றது. ராம்பூரின் நவாபாக இருந்த அகமது அலி கான் பகதூர்தான் இந்த இனத்தைத் தோற்றுவித்தவர் என்பது வரலாறு. டாசி இனம் (Tazi), ஆஃப்கானிய வேட்டை நாய் (Afghan hound), கிரேஹவுண்ட், (greyhound) ஆகியவற்றின் கலவையே ராம்பூர் நாய். குஜராத்தில் வடோதராவிற்கு அருகில் உள்ள தேவ்காட் பாரியா எனும் சமஸ்தானத்தில் அரசர் மகராஜ ஜெய்தீப் சிங்ஜி இந்த இனத்தில் மீது ஆர்வம் கொண்டு அதை பேணி பராமரித்தார். பிரித்தானியர்கள் வெளியிட்ட *'The Imperial Gazetteer of India, Vol. 1'* ராம்பூர் நாயினத்தில் தென்னிந்திய இன நாய்களின் கலப்பு

இருக்கின்றது எனப் பதிவுசெய்கின்றது. 183ஆம் பக்கத்தில் உள்ள குறிப்பு, "ராம்பூர் அந்த ஊர் இன நாய்களுக்குப் பேர்போனது. இந்த நாய்கள் தொடக்கக் காலத்தில் தென்னிந்தியாவிலிருந்து இங்கு அறிமுகப்படுத்தப்பட்டன. இவை (ராம்பூர் நாய்கள்) பொதுவாகச் சாம்பல் நிறமும் குட்டையான வழுவழுப்பான ரோமப் போர்வையும் கொண்டவை. இவற்றை எளிதாகப் பழக்கிவிடலாம்" என்கின்றது.

ராம்பூர் நாயினம்

1895இல் இங்கிலாந்தில் Field எனும் சஞ்சிகையில் ஆர்தர் வார்டில் (Arthur Wardle) தீட்டிய ராம்பூர் நாய் ஒன்றின் ஓவியம், ஆசிய நாய்களைப் பற்றிய ஒரு கட்டுரையுடன் வெளியானது. 1911இல் வெளியான *'The New Book of Dogs, Vol. II'* என்ற நூலில் 1879இல் எடுக்கப்பட்ட ராம்பூர் நாய் ஒன்றின் ஒளிப்படம் இடம்பெற்றது. ஐலீன் என்று பெயரிடப்பட்டிருந்த இந்த நாய் மூல்தானைச் சேர்ந்த லெப்டினன்ட் கர்னல் ஜே. கார்ஸ்டின் (Lt. Col. J. Garstin) என்பவர் வளர்த்தது. இதுதான் இந்த இன நாயின் மிகப் பழமையான ஒளிப்படம் என்று உறுதியாகச் சொல்லலாம். ஆனால் இதில் நாம் கவனிக்க வேண்டியது என்னவென்றால் இன்றைய ராம்பூர் இன நாய்களைவிட முந்தைய இந்த இரண்டு படங்களில் உள்ள நாய்கள் வித்தியாசமாக உள்ளன. நெஞ்சுப் பகுதி பெரிதாக இல்லை, முகமும் கூர்மையாக இல்லை. கலப்பு இனப்பெருக்கத்தால் ஏற்பட்ட உருமாற்றமா இது என்ற கேள்வி எழுகின்றது.

1876இல் வேல்ஸ் இளவரசர் இந்தியாவில் சுற்றுப்பயணம் மேற்கொண்டு இங்கிலாந்து திரும்பியபோது அவருடன் சில ராம்பூர் நாய்கள் கூட்டிச்செல்லப்பட்டன. அதே வருடம் ஃபேக்கன்ஹாம் நாய்க் கண்காட்சியில் (Fakenham Dog Show) இரண்டு ராம்பூர் நாய்கள் காட்டப்பட்டன. மக்கள் இதை ஆசியாவின் கிரேஹவுண்டு என்று குறிப்பிட்டனர். அந்தக் காட்சியில் ஒரு நடுவர் "ஒரு நாய் எலி நிறத்திலும் அடுத்தது புள்ளிகள் கொண்ட நீல நிறத்திலும் இருந்தது" என்று பதிவுசெய்தார்.

உருவில் பெரிய இந்த நாய் சுமார் 70 செ.மீ. உயரமும் 35 கிலோ எடையும் இருக்கும். பொதுவாகச் சாம்பல் நிறம் கொண்டது. அதில் கருப்புக் கோடுகள் (brindle) கொண்டவையும் இருக்கும். அரிதாக முழுவதும் கருப்பு நிறம் கொண்டவையும் உண்டு. இது குரைப்பது அரிது. நீண்ட உடலும் பெரிய நெஞ்சும் சற்றே வளைந்தது போன்ற முதுகும் கொண்டது. ஓடும்போது மட்டும் உயர்ந்திருக்கும் மெல்லிய நீண்ட வால், குட்டையான ரோமப் போர்வை கொண்டது. தலையில் உச்சியில் அமைந்துள்ள வசீகரமான மஞ்சள் நிறக் கண்கள் இந்த நாய்களுக்குப் பரந்ததொரு பார்வையை – ஏறக்குறைய 270 டிகிரி – தருகின்றன. சிறந்ததொரு பார்வை நாய்க்கு அடையாளம் இது. ஒவ்வொரு ஆண்டும் ராம்பூரில் நடக்கும் திருவிழா ஒன்றில் இந்த நாய்களுக்கிடையே போட்டிகள் நடத்தபடுகின்றன. சிறந்த நாய்க்கு 'ருஸ்டம்–இ–ராம்பூர்' என்ற விருது அளிக்கப்படுகின்றது. 1983இல் இந்த விழாவில் ஒரு முழு கருப்பு ராம்பூர் நாய் பங்கெடுத்தது பதிவு செய்யப்பட்டிருக்கின்றது.

ராஜபாளையம்

தென்னிந்திய நாய்களுள் நன்கு அறியப்பட்ட இனம் இது. சிப்பிப்பாறை, முதோல் இனங்கள் போன்று ஒல்லியான நாய் அல்ல இது. சுமார் 65 செ.மீ. உயரமும் 35 கிலோ எடையும் கொண்ட ராஜபாளையம் பொதுவாக வெள்ளை நிறம் கொண்டது. சில பழுப்பு நிற நாய்களையும் காணமுடியும். தொங்கு காதுகள், மேலெழுந்த வால் ஆகியவற்றுடன் சுருக்கங்கள் உள்ள கழுத்தும் இளஞ்சிவப்பு மூக்கும் அடையாளங்கள். பாரம்பரியமாக வேட்டைக்கும் காவலுக்கும் பயன்படுத்தப்பட்டாலும் போரிலும் ஈடுபடுத்தப்பட்டுள்ளது. 19ஆம் நூற்றாண்டில் நடந்த பாளையக்காரர் யுத்தத்தில், சில பாளையக்காரர்கள் பிரித்தானியர்களின் குதிரைப்படையைத் தாக்க இந்த நாய்களைப் பழக்கியிருந்தார்கள். இரவில் இந்த நாய்களை ஏவி விட்டால் இவை லாயங்களுக்குள் சென்று குதிரைகளின் பின்னங்கால் நரம்பைக் கடித்துக் குதறிக் குதிரையை நடமாடமுடியாமல் ஆக்கிவிடும்.

சில பிரித்தானியர் காலப் பதிவுகள் ராஜபாளையம் நாய்களை போலிகார் (Poligar) நாய்கள் என்று குறிப்பிடுகின்றன. பாளையக்காரர் என்ற சொல்லின் ஆங்கில மரூஉதான் போலிகார் என்ற சொல். மேஜர் இ. நேப்பியர் (Major E. Napier) 1840இல் எழுதிய *Scenes and Sports in Foreign Lands* என்ற நூலில் இந்த போலிகார் நாய்களைப் பற்றிய குறிப்பை நாம் காண்கின்றோம். விஜயநகர சாம்ராஜ்யம் 1565இல் நடந்த தலைக்கோட்டைப் போரில் தோல்வி கண்டபின், பாளையக்காரர்கள் பலர் தெற்கே வர ஆரம்பித்து, பின்னர் மதுரை நாயக்க மன்னர்களின்கீழ் இருந்த 72 பாளையங்களைப் பரிபாலித்தனர். அவர்கள் வரி வசூலித்துக்கொள்ளலாம். போர் மூண்டால் நாயக்க மன்னருக்குப் படை வீரர்களை அனுப்பித் தோள்கொடுக்க வேண்டும். இந்தப் பாளையக்காரர்கள் வளர்த்த நாயினம்தான் போலிகார் நாய் என்று பிரித்தானிய அதிகாரிகளால் குறிப்பிடப்பட்டது. எனது அனுமானப்படி ராஜபாளையம் நாயினம்தான் போலிகார் நாய் என்று அறியப்பட்டது. இயற்கையியலாளர் மா. கிருஷ்ணன் தமது **காடும் கொல்லைப்புறமும்** *(The Jungle and the Backyard)* என்ற நூலில் சண்டூர் சமஸ்தானத்தில் 1940களில் வேலை செய்தபோது சொக்கி என்ற பெயருடைய ஒரு போலிகார் நாயை வளர்த்ததாக எழுதுகின்றார். அந்த நாயைச் சித்தரிக்க அவர் வரைந்த கோட்டோவியம் அந்தப் புத்தகத்தில் உள்ளது. அதுவும் அவரது விவரிப்பும் இந்த நாய் ராஜபாளையம் நாய்தான் என்பதைத் தெளிவாக்குகின்றன. வெள்ளை நிறமான

ராஜபாளையம்

சொக்கி "கம்பீரமான சுருக்கங்கள்" உடையது என்கின்றார் கிருஷ்ணன். பல வருடங்கள் கழித்து அவர் Statesman நாளிதழில் எழுதிய கட்டுரை ஒன்றில் போலிகார் என்பது ராஜபாளையம் நாயினம்தான் என்று குறிப்பாக எழுதுகின்றார்.

கட்டபொம்மன் கதைப்பாடல்களில் ஒரு வேட்டை நாய் பற்றிய குறிப்பு ஒன்று உள்ளது. கட்டபொம்மன் ஒரு நாள் வேட்டைக்குச் சென்றபோது, அவரது நாய்கள் முயல் ஒன்றை விரட்டிச்சென்றன. உயிரைக் காத்துக்கொள்ள ஓடிய முயல்,

ஒரு இடத்தில் நின்று, திரும்பி நாய்களை எதிர்கொண்டது. நாய்களும் செய்வதறியாது திகைத்து நின்றன. இதைக் கண்ணுற்ற கட்டபொம்மன் அந்த இடத்திற்கு ஏதோ ஒரு அரிய சக்தி இருக்கின்றது என்று நம்பி அங்கு ஒரு கோட்டையைக் கட்டினார். இப்படி எழுந்ததுதான் பாஞ்சாலங்குறிச்சிக் கோட்டை என்கின்றது கதைப்பாடல். பிரித்தானியர்கள் கட்டபொம்மனைத் தூக்கிலிட்டபின் இந்தக் கோட்டையையும் இடித்துத் தரைமட்ட மாக்கினார்கள் என்பது வரலாறு. இப்போது அந்த இடத்தில் கட்டபொம்மன் நினைவாகத் தமிழக அரசால் ஒரு கோட்டை கட்டப்பட்டுள்ளது.

ராஜபாளையம் பார்வை இன நாய் என்றாலும் அதற்கு நல்ல மோப்பத் திறனும் உண்டு. மதுரையில் வசிக்கும் எனது நண்பர் ஜகதீசன் 65 ஆண்டுகளுக்கு முன், சிறுவனாய் இருந்தபோது நடந்த ஒரு நிகழ்வைச் சொன்னார். அவரது தந்தை ஒரு ராஜபாளையம் நாயை நண்பரிடமிருந்து பெற்றுக் கொண்டுவந்தார். அதை அவிழ்த்து விட்டபின் இயல்பாகத்தான் இருந்தது. ஆனால் ஒரு மணிநேரத்திற்குப்பின் ஓடிப்போய்விட்டது. மூன்று வாரங்களுக்குப்பின் அவர் தந்தை 80 கி.மீ. தொலைவில் இருந்த தமது நண்பர் வீட்டிற்குச் சென்றபோது அங்கே அந்த நாய் இருப்பதைக் கண்டார்.

2014ஆம் ஆண்டு, ராஜபாளையம், விருதுநகர் பகுதியில் கால்நடை மருத்துவர் கே.என். ராஜா தலைமையில் மத்திய அரசின் ஒரு குழு உள்ளூர் நாயினங்களைப் பற்றி ஒரு கள ஆய்வு நடத்தியது. அக்குழு செய்த மதிப்பாய்வின் அடிப்படையில் ராஜாவும் மற்றவர்களும் ராஜபாளையம் நாயைப் பற்றிய ஆய்வுக் கட்டுரை ஒன்றை The Journal of Agricultural Sciences என்ற சஞ்சிகையின் ஏப்ரல் 2017 இதழில் வெளியிட்டார்கள். இந்திய நாயினங்களில் ஒன்றைப் பற்றிய கள ஆய்வின் அடிப்படையில் வெளிவந்த முதல் அறிவியல் ரீதியான கட்டுரை இது. ராஜபாளையம் ஒரு தனித்துவமான இனம் என்றும் அது அங்கீகரிக்கப்பட வேண்டும் என்றும் இக்கட்டுரையில் அவர் கோரிக்கை விடுக்கின்றார்.

வாகாரி

1996ஆம் ஆண்டு குஜராத்தில் சௌராஷ்டிரா பகுதியில் ஒரு விவசாயப் பண்ணைக்கு அங்கிருந்த ஒரு கிர் காளையை ஒளிப்படம் எடுக்கச் சென்றிருந்தேன். இந்தக் காளையைக் கவனிக்க அங்கே வேலை செய்துகொண்டிருந்த வாசி என்பவருடன் ஓர் அருமையான நாய் இருந்ததைப் பார்த்து அதைப் பற்றிக்

கேட்டேன். அது ஒரு வாகாரி வேட்டை நாய் என்றார். நான் அதைப் பற்றிக் கேள்விப்பட்டிருந்தேன், ஆனால் பார்த்ததில்லை. குஜராத்தில் உள்ள பல நாடோடி மக்களில் வைதவா வாகாரி என்பவர்கள் வளர்க்கும் நாய் இது. பொதுவாகச் சாம்பல் நிறமான இந்த இனத்தில் கறுப்புக் கோடுகள் கொண்ட நாய்களும் உண்டு. சுமார் 55 செ.மீ. உயரமும் 35 கிலோ எடையும் கொண்ட வாகாரி நாய்களை நாடோடி மக்களான ராபாரி, வாகாரி ஆகியோர் தங்குமிடங்களில் பார்க்கலாம். இது அரிதாகிவரும் நாயினம்.

வாகாரி நாய்

மேலே விவரிக்கப்பட்ட நாயினங்களைத்தவிர வேறு சில இனங்களைப்பற்றி சில தகவல்கள் கிடைக்கின்றன. ஆனால் குறைவாகவே கிடைக்கின்றன. வனத்துறையிலிருந்து ஓய்வு பெற்ற

அதிகாரி ஜேம்ஸ் சக்கரியா பெரியார் புலிச் சரணாலயத்தில், சபரிமலை பகுதியில் மலைப்பண்டாரம் என்ற பழங்குடியினர் **மலைப்பட்டி** *(மலை நாய்)* என்றுஅறியப்படும் நாய்களை வளர்ப்பதாக சொன்னார். கருப்பு நிறம், கால்கள் மட்டும் வெள்ளையாக இருக்கும் சிறிய நாய் இது.

கதிரி நாய் என்ற இனம் ராயலசீமா பகுதியில் கர்னூல், கடப்பா, அனந்தப்பூர் மாவட்டங்களில் வளர்க்கப்படுகின்றது. வேறு விவரங்கள் கிடைக்கவில்லை. பாங்ளாதேஷ் நாட்டில் டாக்கா பகுதியில் சாரெயில் என்ற இனம் இருக்கின்றது. இதை மணிப்பூரிலும் காணலாம். ஜார்காண்ட் மாநிலத்தில் சாந்தால் நாயினம் உண்டு. இவைகளைப்பற்றி வேறு விவரங்கள் இல்லை.

இந்தியாவில் நாய் வளர்ப்புப் பாரம்பரியம்

நான் குஜராத்தில் அஞ்சல் துறை அதிகாரியாக வேலை பார்த்துக்கொண்டிருந்தபோது இந்திய நாய்களைப் பற்றி அஞ்சல் தலைகள் வெளியிட வேண்டும் என்ற எண்ணம் தோன்றியது. பல ஆண்டுகளாக எடுத்த ஒளிப்படங்கள் என்னிடம் இருந்தன. என்றாலும் அரசுத் துறையில் புதிய கருத்துகள் எளிதாக ஏற்றுக்கொள்ளப்படாது. எனது நண்பரும் நாய் ஆர்வலருமான பாரீந்திரநாத் சோம் துறைத் தலைவராக வந்தபின் இந்தத் திட்டத்தைத் செயலாக்க முடிந்தது. இந்திய நாய் மன்றத்தின் சென்னைப் பிரிவு இந்த யோசனையை ஆதரித்து அரசுக்குக் கடிதம் எழுத, நான்கு அஞ்சல் தலைகள் வெளியிடப்பட்டன.

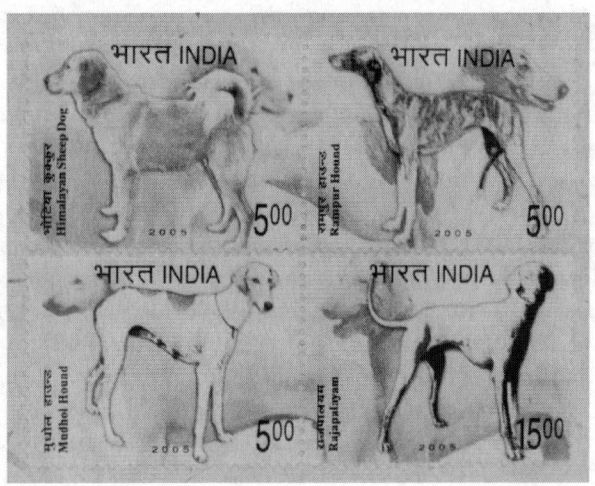

இந்திய நாயினங்கள்: அஞ்சல் தலைகள்

ஜனவரி 2005இல், அன்று மத்திய அரசில் அஞ்சல் துறை அமைச்சராக இருந்த தயாநிதி மாறன் இந்த நான்கு அஞ்சல் தலைகளையும் சென்னை நாய்க் கண்காட்சியில் வெளியிட்டார். இந்த நிகழ்ச்சியில் இரண்டு ராஜபாளையம் நாய்க்குட்டிகள் நாய் மன்றத்திற்கு அளிக்கப்பட்டன. நாய்களைப் பற்றிய அஞ்சல் தலைக் கண்காட்சி ஒன்றில் உலகெங்கும் உள்ள பல நாடுகள் நாய்களைப் போற்றி வெளியிட்ட அஞ்சல் தலைகள் காட்சிக்கு வைக்கப்பட்டன.

இந்திய நாயினங்களில் அரசோ மற்ற நிறுவனங்களோ அக்கறை காட்டாத நிலையில் இம்மாதிரியான அரிதான முயற்சிகள் நம்பிக்கை ஊட்டுகின்றன. இந்தச் சென்னை நாய்க் கண்காட்சியில் சில உள்ளூர் நாயினங்கள் காட்டப்பட்டுப் பலரது கவனத்தை ஈர்த்தன. இந்தக் காட்சிக்குப் பன்னாட்டு நடுவர்களாக ஆஸ்திரேலியாவிலிருந்து வந்திருந்த லின்னெட் வாட்ஸனும் (Lynnet Watson) அவரது கணவர் ஆல்பர்ட் வாட்ஸனும் (Albert Watson) நம் நாட்டு நாய்களைப் பற்றி எழுதினார்கள்: “ராம்பூர், ராஜபாளையம், இமாலய மேய்ப்பு நாய், முதோல் இன நாய்கள் ஆகியவற்றுடன் சிப்பிப்பாறை, காரவான், கோம்பை, கன்னி போன்ற வேறு சில இனங்களும் எங்களது கவனத்தை ஈர்த்தன. இந்திய நாய் மன்றம் உள்ளூர் நாயினங்களைக் காப்பதில் மிகவும் முனைப்புடன் செயல்படுகின்றது.” 1980இல் தூர்தர்ஷன் தொலைக்காட்சி கோம்பை நாய்களைப் பற்றி அவை வளர்க்கப்படும் கிராமத்தில் எடுத்த ஓர் ஆவணப்படத்தை ஒளிபரப்பியது.

இதில் முக்கியமானது உள்ளூர் நாய்கள் பன்னாட்டளவில் தனி இனங்களாக அங்கீகரிக்கப்பட வேண்டும் என்ற கோரிக்கை. இதை அதிகாரப்பூர்வமாகச் செய்யக்கூடிய நிறுவனம் பெல்ஜியத்தில் உள்ள பன்னாட்டு நாய் மன்றம் (FCI). இமாலய மாஸ்டிஃப், லாசா அப்சோ போன்ற இந்திய நாயினங்கள் மேலை நாட்டு நாய்க் கண்காட்சிகளில் காட்டப்பட்டாலும் நம் நாட்டு நாய் எதுவும் இன்னும் பன்னாட்டு ஏற்பைப் பெறவில்லை. இப்போதுதான் காரவான் இனத்தை ஒரு தனி இனமாக ஏற்றுக்கொள்ள முயற்சிகள் மேற்கொள்ளப் பட்டுள்ளன. பெல்ஜியத்தில் உள்ள தலைமைச் செயலகத்திற்கு விண்ணப்பம் அனுப்பப்பட்டுள்ளது. இது சம்பந்தமான முழு வேலையும் முடியச் சில ஆண்டுகள் ஆகலாம். முதலில் இந்த நிறுவனத்தின் அறிவியல் குழு இந்தக் கருத்தை ஏற்றுக்கொள்ள வேண்டும். இதன் பின்னர் அங்கிருந்து ஒரு நிபுணர் இந்தியாவிற்கு அனுப்பப்படுவார். அவர் இந்த இனம் தனி இனமா எனக் கள ஆய்வு செய்து அறிக்கை கொடுப்பார்.

கடந்த ஐந்து வருடங்களில் எத்தனை காரவான் நாய்கள் பதிவு செய்யப்பட்டன, நாய்க் காட்சிகளில் எத்தனை காட்சிக்கு வைக்கப்பட்டன என்பவை போன்ற விவரங்களைச் சேகரிப்பார். நாய்களின் ஆறு தலைமுறைகளின் விவரங்கள் அளிக்கப்பட வேண்டும். இந்தத் தரவுகளை அடிப்படையாகக் கொண்டு அந்த இனத்தைப் பற்றி முடிவெடுக்கப்படும்.

நம் நாட்டில் பல இனங்களுக்குத் தராதரம் இன்னும் தெளிவாக இல்லை. மரபணுச் சோதனை மூலம்தான் ஒரு நாயின் இனம் பற்றி அறுதியாகக் கூறமுடியும். கோயம்புத்தூரில் வசிக்கும் முனைவர் டி. கிருஷ்ணமூர்த்தி, பன்னாட்டு நாய்க் கண்காட்சி நடுவர், அத்துடன் பெல்ஜியத்தில் உள்ள பன்னாட்டு நாய் மன்றத்தின் ஆசிய–பசிபிக் பகுதிக்குத் துணைத் தலைவர். அவருடன் பேசியபோது, இந்தோனேசியாவின் உள்ளூர் நாயினமான கிண்டாமனி பாலி நாயும் தைவான் நாயினமும் பத்தாண்டுக் காத்திருப்பிற்குப் பின்தான் தனித்துவ இனங்களாக ஏற்றுக்கொள்ளப்பட்டன என்றார். இந்த நிறுவனம் இதுவரை 343 நாயினங்களுக்குத் தராதரங்களை நிர்ணயித்து ஏற்றுக் கொண்டிருக்கின்றது. அவற்றில் தொன்மையான இனங்களாக வட ஆப்பிரிக்காவின் அசாவாக் இனமும் ஜப்பானின் பிரபல அகிடா இனமும் அடங்கும்.

இத்தகைய பன்னாட்டு அங்கீகாரத்தால் உலகெங்கும் உள்ள நாய் ஆர்வலர்களின் கவனத்தை அந்த இன நாய்கள் ஈர்க்கும். இதனால் அந்த நாய்களின் தரம் உயரும், இனப்பெருக்கமும் நல்ல முறையில் நடத்தப்படும். ஆனால் நம் நாட்டில் மத்திய அரசோ மாநில அரசோ நாய்களிடம் கரிசனம் காட்டவில்லை. கர்னாலில் உள்ள விலங்கு மரபணு ஆய்வு நிறுவனத்தால் தென் தமிழகப் பகுதியில் தொடங்கப்பட்ட இந்திய நாயினக் கள மதிப்பாய்வு நிறுத்தப்பட்டுவிட்டது. நிறுத்தப்பட்டதன் காரணத்தை அறியத் தகவல் அறியும் திட்டத்தின்கீழ் நான் கேள்வி எழுப்பியும் பதில் ஏதும் இல்லை.

மாநில அரசுகளில் கர்நாடக அரசும் தமிழக அரசும் நம்மூர் நாயினங்களில் அக்கறை காட்டின. முதோல் நாயினத்தைப் பற்றிக் கர்நாடக அரசு மேற்கொண்ட முயற்சிகள் நல்ல பலனை அளித்திருக்கின்றன. நம் நாட்டு ராணுவத்தின் நாய்ப் பிரிவு, மீரட்டில் இயங்கிவருகின்றது. கண்ணிவெடியை மோப்பத்தில் கண்டறிவதுபோன்ற வேலைகளுடன், எல்லைப்புறத்தையும் ராணுவ நிறுவனங்களைக் காவல் காக்கும் பணிகளையும் நாய்கள் செய்ய வெளி நாட்டு நாயினங்கள் தான் ஈடுபடுத்தப்படுகின்றன. 2016ஆம் ஆண்டு பிப்ரவரி மாதம் பாகல்கோட்டில் உள்ள நாயின

ஆராய்ச்சி மற்றும் தகவல் மையம் ஆறு முதோல் நாய்க்குட்டிகளை இந்திய ராணுவத்தின் நாய்ப் பிரிவிற்கு அளித்தது. ஒரு வருடத்தில் இந்த ஆறு நாய்களும் ராணுவப்பணிகளுக்கான பயிற்சி அளிக்கப்பட்டன. அவைகளை திறன் பற்றி திருப்தி அடைந்த இந்திய ராணுவம், மேலும் எட்டு முதோல் நாய்க்குட்டிகளை வாங்கப்போவதாக நவம்பர் 2017இல் அறிவித்தது. இதில் கவனிக்க வேண்டியது என்னவென்றால், இந்திய நாய்கள், பார்வை நாய்கள் என வகைப்படுத்தப்பட்டாலும், அவை மோப்பம் சார்ந்த பணிகளையும் செய்ய முடியும் என்பது தான்.

சி.வி. சுதர்சனின் தலைமையில் இயங்கும் இந்திய நாய் மன்றம் உள்ளூர் நாயினங்களைப் பேண இந்திய நாயினங்களுக்கெனச் சிறப்புக் காட்சிகள் நடத்துவது போன்ற சீரிய நடவடிக்கைகளை மேற்கொண்டுவருகின்றது. கிராமப்புறத்தில் இந்த நாய்களை வளர்ப்பவர்களிடையே முறையான இனப்பெருக்கம் செய்வது, குட்டிகளைப் பாரமரிப்பது எப்படி எனக் கற்றுக்கொடுக்க முகாம்கள் நடத்தப்படுகின்றன. நம் நாட்டில் இந்திய நாய் மன்றத்திற்குப் பல்வேறு நகரங்களில் 72 கிளைகள் உள்ளன. இவை எல்லாவற்றிலுமே இப்போது உள்ளூர் நாயினங்களைப் பற்றிய ஒரு விழிப்புணர்வு ஏற்பட்டிருக்கின்றது. இந்த மன்றம் தான் இந்திய நாயினங்களுக்கு அஞ்சல் தலைகள் வெளியிடும் முயற்சியை முன்னெடுத்தது. ஜுலை 2015இல் இந்த மன்றம் தனது மாத சஞ்சிகையான *Indian Kennel Gazette*ஐ நாட்டு நாய் களுக்கான சிறப்பிதழாக வெளியிட்டது. பல அரிய தகவல்களை உள்ளடக்கியிருந்தது இந்த வெளியீடு. அவ்வப்போது இந்திய இன நாய்களின் இனப்பெருக்கம் பற்றிய விவரங்களையும் குட்டிகள் எங்கு கிடைக்கும் என்ற தகவல்களையும் இந்தப் பத்திரிகையில் பிரசுரிக்கின்றார்கள். இந்திய இனங்கள் பற்றிய விளம்பரங்களும் உண்டு.

தனிப்பட்ட முறையில் பல ஆர்வலர்கள் சில குறிப்பிட்ட உள்ளூர் நாயினங்களை மறைந்துவிடாமல் பாதுகாக்க முயற்சிகள் மேற்கொண்டுவருகின்றார்கள். ஹைதராபாதில் உபேந்தர் ரெட்டி பஷ்மி இனத்திற்காகவும், மும்பையில் பிரசாத் மாயக்கர் காரவான் நாய்களுக்காகவும், விருதுநகரில் சிப்பிப்பாறைகளுக்காக சிவா சித்துவும் இந்தத் தளத்தில் இயங்கிக்கொண்டிருக்கின்றார்கள். ஏறக்குறைய ஐம்பது காரவான் நாய்களைத் தம் பண்ணையில் வளர்க்கும் மாயக்கர் ஒவ்வொரு இந்திய நாய்க் கண்காட்சியிலும் தவறாது பங்கெடுக்கின்றார். சிலர் இந்திய நாய்களை முறையாக இனவிருத்தி செய்து விற்பனை செய்கின்றார்கள். சில இனங்களின் நிலை இதனால் சற்று உயர்ந்திருக்கின்றது.

ஃபேஸ்புக் போன்ற சமூக வலைத்தளங்கள் இந்த நாய்களைப் பற்றிய விவரங்களைப் பரப்புவதில் பயன்படுத்தப்படுகின்றன. ஆர்வலர்கள் ஒருவரையொருவர் தொடர்பு கொள்ளவும் இணைசேரல், குட்டிகள் கிடைப்பது போன்ற தகவல்களை பகிர்ந்துகொள்ளவும் முடிகின்றது.

நாய்க் கண்காட்சிகளை விமர்சிப்போரும் உண்டு. வீட்டிலும் பண்ணையிலும் இருக்கும் நாய்களைக் காட்சிப்பொருளாக மாற்றி, நாய் வளர்ப்பின் அடிப்படைச் சிந்தாந்தத்தையே நாய் மன்றங்கள் மாற்றிவிடுகின்றன என்கிறார்கள் சிலர். அதே சமயம் இந்த மன்றங்கள் நாயினங்களைப் பராமரிப்பதிலும் நாய் வளர்ப்பில் நமக்குள்ள பொறுப்புகளைப் புரியவைப்பதிலும் கவனம் செலுத்துகின்றன. பல நாய்க் கண்காட்சிகளின்போது "பொறுப்பான நாய் வளர்ப்பு" என்ற தலைப்பில் பட்டறைகள் நடத்தப்படுகின்றன. சில கண்காட்சிகளில் 'இந்திய இனங்களில் சிறந்த நாய்' என்ற பரிசு இப்போது அளிக்கப்படுகின்றது. இந்தத் தளத்தில் ஆர்வம் வளர்ந்துவருவதைக் காண முடிகின்றது.

ஆனால் உள்ளூர் நாய்களைப் பற்றிய அக்கறை கடந்த சில ஆண்டுகளாகத்தான் இருந்துவருகின்றது. முதலில் இந்த நாயினங்கள் நம் நாட்டின் பாரம்பரியத்தின் ஓர் இழை என்பதை உணர வேண்டும். வெளிநாட்டு நாய்கள்மேல் நமக்கு இருக்கும் மோகத்தையும் இது குறைக்கும். சிரமப்பட்டு வளர்க்க வேண்டிய சில வெளிநாட்டு நாய்களைப் பெரும் விலை கொடுத்து இறக்குமதி செய்வதும் குறையும். ஆனால் இதற்கு அரசாங்கத்தின் ஆதரவு தேவை. அதன் அடிப்படையில் ஆர்வலர்கள் இயங்கி நாட்டு நாய்களை மீட்க முடியும்.

திரைப்படங்களில் இந்திய நாயினங்கள்

கடந்த சில ஆண்டுகளில் சில இந்திய திரைப்படங்களில் உள்ளூர் நாய்கள் சிறப்பு இடம் பெறுவதைக் காண்கின்றோம். போற்றப்பட்ட, குர்விந்தர்சிங் இயக்கிய ஒரு பஞ்சாபி படமான சௌத்தி கூட் (நாலாம் திசை 2015) ஒரு இமாலய மேய்ப்பு நாயை குவி மையமாக கொண்டது. அதே போல சில ஆண்டுகள் கழித்து வந்த மாரிசெல்வராஜ் இயக்கிய பரியேறும் பெருமாள் (2018) என்ற தமிழ்ப் படத்தில் கறுப்பி என்ற பெயர் கொண்ட ஒரு கன்னி இன நாய் ஒரு முக்கிய பாத்திரமாக தோன்றியது. கிராமத்தார்களுடன் அந்த நாய்க்கு இருந்த நெருக்கம் அருமையாக சித்தரிக்கப்பட்டது. மேல்சாதிக்காரர்கள் வெறுப்பின் காரணமாக தலித் ஒருவர் வளர்க்கும் அந்த நாயை கொன்றுவிடுகின்றார்கள். துயரத்தால் அடிபட்ட கிராமத்தார்கள் ஒப்பாரியுடன் கறுப்பிக்கு

கருமாதி செய்து எரியூட்டுகின்றார்கள். 2019இல் வெளிவந்த ஜல்லிகட்டு என்ற தெலுங்கு படத்தில் கன்னி, சிப்பிப்பாறை இன நாய்கள் தோன்றின. மாரிசெல்வராஜ் இயக்கிய இன்னொரு படமான மாமன்னன் (2023) ஆதிக்க சாதிக்காரர் ஒருவர் பல சிப்பிப்பாறை நாய்களை வளர்ப்பதையும், அவைகளை ஒட்டப்பந்தயத்தில் ஈடுபடுத்துவது பற்றியும் காட்சிகள் இருந்தன. இந்தப் படங்கள் இந்திய நாய்களைப் பற்றிய ஒரு சொல்லாடலை தோற்றுவித்தன. பாராளுமன்ற உறுப்பினர் சு. வெங்கடேசன் எழுதிய *காவல் கோட்டம்* என்ற தமிழ் நாவலில், 59ஆம் அதிகாரத்தில், தமிழ்நாட்டு வேட்டை நாய்களைப்பற்றி எழுதியிருக்கின்றார்.

தெருநாய்களைப் பற்றி

கடந்த பதினைந்து ஆண்டுகளாகத் தெரு நாய்களைப் பற்றியும் அவற்றின் எண்ணிக்கை கட்டுக்கடங்காமல் கூடிக்கொண்டேபோவது பற்றியும் நாளிதழ்களில் செய்திகள் வருவதைக் கண்டிருப்பீர்கள். இது அண்மைக்காலப் பிரச்சினை. இருபது ஆண்டுகளுக்கு முன்பு, இந்தியாவில் தெரு நாய்கள், பன்றிகள், குரங்குகள் ஆகியவற்றின் எண்ணிக்கை சட்டப்பூர்வமான நடவடிக்கைகளால் கட்டுப்படுத்தப்பட்டிருந்தது (The Destruction of Stray Pigs, Stray dogs and Monkeys. The Madras City Municipal Corporation Act of 1919). உரிமையாளர்கள் இன்றி சுற்றித் திரியும் விலங்குகளைப் பிடித்துக்கொண்டு போய்விடுவார்கள். தாராபுரத்தில் நான் சிறுவனாக இருந்தபோது நகராட்சி அலுவலகத்திற்குப் போய் எங்கள் நாய்க்கு உரிமம் வாங்கியது நினைவில் உள்ளது. இந்த லைசன்ஸ் தரும் பழக்கமும் மெல்ல மெல்ல மறக்கப்பட்டாலும், பொது வெளிகளில் திரிந்துகொண்டிருந்த நாய்களை நகராட்சிகள் பிடித்துக்கொண்டிருந்தன.

1980களில் மேலை நாடுகளில் இயங்கிக்கொண் டிருந்த விலங்குரிமை இயக்கம் இந்தியாவிலும் பரவ ஆரம்பித்தது. நம் நாட்டில் நாய்களைப் பிடித்துக் கொல்வது இந்த இயக்கத்தாரால் விலங்கு வதைத் தடுப்பு சட்டம் *1960* (Prevention of Cruelty to Animals Act 1960) மூலம் நிறுத்தப்பட்டது. இந்த சமயத்தில் இந்திய அரசு Animal Birth Control (Dogs) Rules 2001 (சுருக்கமாக ABC) என்ற ஆணை மூலம் நாய்களைப்

பிடிப்பதை நிறுத்தினார்கள். இதில் வியப்பு என்னவென்றால் இந்த ஆணை கலாச்சார அமைச்சகத்தால் வெளியிடப்பட்டது. இந்தச் செயல்திட்டத்தின் மூலம் தெருநாய்களைப் பிடித்துக் காயடித்து, பெட்டை நாய்களுக்குக் கருத்தடை செய்து தெருநாய்கள் எண்ணிக்கையைக் குறைக்கலாம் என்று நம்பப் பட்டது. ஆனால் நடந்தது வேறு. இந்த திட்டத்தைச் சார்ந்த எந்த நியதிகளும் செயலாக்கப்படவில்லை. அது சிரமமானது தான். இந்தத் திட்டத்தின்படி அந்தந்தப் பகுதியில் ஒரு குடிமக்கள் குழுவை அமைத்து இந்த நியதிகள் சரியாகக் கடைப்பிடிக்கப்படுகின்றனவா என்று கண்காணிக்க வேண்டும். எந்த நகரத்திலும் இம்மாதிரியான ஒரு குழு அமைக்கப்பட்டதாகத் தெரியவில்லை. சில நாய்களுக்குக் கருத்தடை செய்தாலும் மற்ற ஆயிரக்கணக்கான நாய்கள் இனப்பெருக்கம் செய்துகொண் டிருந்தன. மேலும் இச்செயல்திட்டம் சில பெரிய நகரங்களில் மட்டும் இயங்கியது. நாயைப் பிடித்துக் கருத்தடை சத்திர சிகிச்சை செய்தபின் அதைப் பிடித்த இடத்திலேயே கொண்டுவந்து விட்டுவிட வேண்டும். இத்திட்டம் பதினெட்டு ஆண்டுகளாகச் செயல்பாட்டில் இருந்திருக்கிறது என்றாலும் தெருநாய்களின் எண்ணிக்கை குறைந்ததாகத் தெரியவில்லை. உண்மையில் அதிகமாகியிருக்கின்றது.

உலக சுகாதார நிறுவனம் (World Health Organisation) வெறிநாய்க்கடி நோயைப் பற்றிய ஒரு சுற்றறிக்கையில் இந்தியாவில் இந்த நோய் கடந்த பத்து வருடங்களில் குறைந்ததாகத் தெரிய வில்லை என்கின்றது. அதிகமாயிருக்கலாம். ஏனென்றால் இந்த நோய் பற்றிய துல்லியமான விவரம் நம்மிடம் இல்லை. இந்த நோய் தாக்கினால் அதை அரசுக்குத் தெரிவிக்க வேண்டியதில்லை ("Not a notifiable disease"). எய்ட்ஸ் போன்ற சில நோய்கள் தனியார் அல்லது அரசு மருத்துவ நிலையங்களில் தோன்றினால் அது அரசுக்குக் கண்டிப்பாகத் தெரியப்படுத்தப்பட வேண்டும். வெறிநாய்க்கடி நோயாளி வந்தால் அவ்வாறு தெரிவிக்க வேண்டியதில்லை.

சற்று சிந்தித்துப் பாருங்கள். ரேபீஸ் (rabies) என்று அறியப் படும் வெறிநாய்க்கடி நோய்க்கு மருந்தே இல்லை. நாம் அறிந்த தொற்றுநோய்களிலேயே ஆபத்தானது இது. வந்தால் மரணம் நிச்சயம். இந்தியாவில் ஆண்டுக்கு 35,000 பேர் இந்த நோயினால் சாகின்றார்கள். அதாவது உலக ரேபீஸ் மரணங்களில் 31 விழுக்காடு நம் நாட்டில்தான் நிகழ்கின்றன. இந்த ஆட்கொல்லி வைரஸ் நாய்களால் பரவுகின்றது. அவலம் என்னவென்றால் உயிரிழப்பவர்களில் பெருவாரியானோர் குழந்தைகள். லட்சத்

தீவில் தெருநாய்கள் கிடையாது. அங்கு ரேபீஸ் தாக்கிச் சாவோரும் யாரும் இல்லை. ஒரு கணிப்பின்படி, நம் நாட்டில் இரண்டு வினாடிக்கு ஒருவர் நாயால் கடிக்கப்படுகின்றார். இதில் பல நாய்கள் வெறிநாய்களாக இருக்கலாம். கடிபடுவோரில் 40 விழுக்காடு குழந்தைகளே. நாய்க்கடியால் நமது மக்கள்தொகையில் ஆண்டொன்றிற்கு 17.4 விழுக்காடு மக்கள் பாதிக்கப்படுகின்றார்கள். 2007ஆம் ஆண்டில் நம் நாட்டில் நாய்க்கடி மருத்துவத்திற்கு ஆன செலவு ரூ. 5 கோடி.

பல ஆண்டுகளுக்கு முன் திருச்சியில் என் நண்பரின் 5 வயது மகன் வெறிநாய்க்கடியால் இறந்ததைப் பார்த்தேன். உடனே ஊசி போட்டும் அவனைக் காப்பாற்ற முடியவில்லை. காயம் தலையில். அன்றிலிருந்து இந்தப் பிரச்சினை பற்றிப் படிக்க, சிந்திக்க ஆரம்பித்தேன். நான் இருமுறை வெறிநாய்க்கடி ஊசி போட்டுக்கொள்ள வேண்டியிருந்தது. அப்போது வயிற்றைச் சுற்றிப் பன்னிரண்டு ஊசிகள் (இன்று மூன்று அல்லது ஐந்து, கையில்தான்). இருபது நாட்கள் வேட்டி கட்டிக்கொண்டு அலுவலகம் சென்றேன்.

ரேபீஸ் வைரஸ் மைய நரம்பு மண்டலத்தைத் தாக்கி, சில நாட்களில் உயிரை வாங்கிவிடுகின்றது. இதில் பிரச்சினை என்னவென்றால் நாய்க்கு நோய் தொற்றி முதல் சில நாட்களுக்கு அறிகுறி ஏதும் இன்றி அது இயல்பாகவே ஆட்களுடன் இருக்கும்.

பெரிதாகிக்கொண்டே இருக்கும் இந்தப் பிரச்சினையைச் சமாளிப்பது எப்படி? முதலில் உலகிலேயே அதிகமான தெருநாய்கள் உள்ள நாடு இந்தியா. இங்கு மூன்று கோடித் தெருநாய்கள் உள்ளன என்கின்றது ஒரு கணிப்பு. இது எண்ணிக்கையில் எல்லா நாடுகளையும் மிஞ்சுவது மட்டுமல்ல, மனிதர்-நாய் என்ற விகிதாச்சாரத்திலும் இது எல்லா நாடுகளையும்விட அதிகமானது. இன்னும் கொஞ்சம் விளக்கமாகச் சொன்னால், நமது நகரங்களில் அவை முப்பத்தைந்து மனிதர்களுக்கு ஒரு நாய் என்ற விகிதத்தில் உலவிக் கொண்டிருக்கின்றன. உலகில் 11 நாடுகளில் ரேபீஸ் நோய் தாக்கும் வாய்ப்பு அதிகமாக இருக்கின்றது. அதில் ஒன்று இந்தியா.

சில நகரங்களின் நிலைமையைப் பார்க்கலாம். பெங்களூரு வில் இயங்கிவரும் ஒரு தன்னார்வக் குழுவின் கணிப்பின்படி இந்நகரில் 2 லட்சம் தெருநாய்கள் இருக்கின்றன. பட்னாவில் அரசு மருத்துவமனைகளில் (தனியார் நிறுவனங்களின் விவரங்கள் இல்லை) ஒவ்வொரு மாதமும் 2,000 பேர் நாய்க்கடி சிகிச்சைக்கு வந்தனர். ஹைதராபாதில் உள்ள இந்திய கால்நடை

மருத்துவ ஆராய்ச்சிக் கழகத்தின் (Indian Veterinary Research Institute) ஆராய்சியாளர் முனைவர் பி.ஆர். பெஞ்சமின் அந்த இரு நகரங்களில் அந்த அமைப்பு நடத்திய ஓர் ஆய்வைப் பற்றி எழுதினார். இங்கே எப்போதும் 12,000 வெறிநாய்கள் இந்தக் கொடும் நோயைப் பரப்பி சுற்றிக்கொண்டிருக்கின்றன என்கின்றார் அவர். இந்த நிறுவனத்தில் உள்ள வெறிநாய்க்கடி நோய் மருந்தகத்தில் தினமும் 350 முதல் 400 பேர் நாய்க்கடி சிகிச்சை பெற வருகின்றார்கள். அதேபோல தில்லியில் 2009இல் செய்த கணிப்பில் அந்நகரில் 5.62 லட்சம் தெருநாய்கள் இருப்பது அறியப்பட்டது. 2014ஆம் ஆண்டில் ஆறு மாதங்களில், ஜூன் முதல் டிசம்பர்வரை, 8,783 பேர் நாய்க்கடிபட்டு வைத்தியத்திற்கு வந்தனர் என்று தெரியவந்தது.

2000ஆம் ஆண்டில் பெங்களூருவில் இரண்டாம் காமன்வெல்த் கால்நடை மருத்துவ மாநாடு நடந்தது. இதில் கெம்பே கவுடா மருத்துவ அறிவியல் நிறுவனத்தின் ரேபீஸ் கொள்ளைநோயியல் (Rabies Epidemiology) பேராசிரியர் எம்.கே. சுதர்ஷன் இவ்வாறு பேசினார்: வெறிநாய்க்கடியால் இறப்பவர்களில் பெருவாரியானவர் உயிர் காக்கும் ஊசிக்குக்கூடக் காசில்லாத ஏழைகளே. வேலையிலிருந்து இரவில் திரும்பி வருவோர், இருண்ட சந்துகளில் வசிக்கும் மக்கள், பள்ளிக்கு நடந்து செல்லும் சிறுவர்கள் ஆகியோர்தாம் பலியாகிறார்கள். வெறிநாய்க்கடி சிகிச்சைக்குச் செலவு 1,500 ருபாய். இந்தியாவில் 12 இடங்களில் தயாரிக்கப்படும் இந்த ஊசிமருந்து நமது தேவைக்குப் போதாமல் பிரான்ஸ், ஜெர்மனி ஆகிய நாடுகளிலிருந்து இறக்குமதி செய்யப்படுகின்றது. தெருநாய்களைப் பற்றியும் கொடிய வெறிநாய்க்கடி நோய் பற்றியும் மக்கள் உண்மைகளைத் தெரிந்துகொள்ள வேண்டும் என்று அவர் வேண்டுகோள் விடுத்தார்.

2013ஆம் ஆண்டு வெறிநாய்க்கடி நோயை முற்றிலும் அகற்ற Mission Rabies என்ற பன்னாட்டு நிறுவனம் 14 நாடுகளில் செயல்படத் தொடங்கியது. அவற்றில் முக்கியக் கவனம் பெறுவது இந்தியாதான். இதற்காக கோவாவிலும் ராஞ்சியிலும் அலுவலகங்கள் அமைத்து இந்நிறுவனம் செயல்படுகின்றது. இதன் நோக்கம் 2030ஆம் ஆண்டுக்குள் இக்கொடிய நோயை ஒழிப்பதுதான், பெரியம்மையை அகற்றியதுபோல.

* * *

காயடிப்பதன் மூலமோ கருத்தடை செய்வதன் மூலமோ தெரு நாய்களின் எண்ணிக்கையைக் கட்டுப்படுத்த முடியுமா?

ஹைதராபாத்தில் உள்ள இந்திய கால்நடை மருத்துவ ஆராய்ச்சிக் கழகம் (The Indian Veterinary Research Institute) இந்த இரு நகரங்களில் திரியும் தெருநாய்கள் எண்ணிக்கையைக் கணித்தது. கருத்தடை முறையால் எண்ணிக்கை குறையாது என்றும் இது ஒரு வேலையற்ற வேலை என்றும் முடிவுக்கு வந்தார்கள். இங்கு மனதில் கொள்ள வேண்டியது என்னவென்றால் நாய்கள் வெகு வேகமாக இனப்பெருக்கம் செய்யும். ஒவ்வொரு நாயும் ஆண்டுக்கு இரண்டு முறை இனப்பெருக்கத்திற்குத் தயாராகின்றது. ஒரு ஜோடி நாய்கள் மூன்று ஆண்டுகளில் 382 குட்டிகளை உருவாக்கிவிடும். ஆயிரக்கணக்கான நாய்களில் சில நாய்களுக்கு மட்டும் கருத்தடை செய்வதன் மூலம் பிரச்சனையை நாம் தொடுவது கூட இல்லை. ஏனென்றால் மற்ற நூற்றுக்கணக்கான நாய்கள் பலுகிப்பெருகிக் கொண்டிருக்கும். ஏதோ நல்ல காரியம் ஒன்றைச் செய்துவிட்டதாகத் திருப்தி அடையலாம், அவ்வளவே.

இதற்கு ஆகும் செலவைப் பார்ப்போம். பெட்டை நாய் ஒன்றின் கருத்தடைச் சிகிச்சைக்கு 1000 ரூபாய் ஆகின்றது. அதைப் பிடித்த இடத்திலேயே கொண்டுபோய் விட்டுவிடுகின்றார்கள். அறுவைச் சிகிச்சை முடிந்து நாயை யார் பார்த்துக்கொள்வது? 50 விழுக்காடு நாய்கள் சத்திரச் சிகிச்சைக்குப்பின் ஏற்படும் சிக்கல்களால் உயிரிழக்கின்றன என்கின்றார் ஒரு கால்நடை மருத்துவர். வெறிநாய்க்கடி ஊசி ஆண்டுக்கு ஒரு முறை போடப் பட வேண்டும். லட்சக்கணக்கான நாய்களுக்கு இதைச் செய்வது யார்?

சுருக்கமாகச் சொல்லப்போனால், எல்லா தெருநாய்களுக்கும் கருத்தடை செய்து பிரச்சினையைச் சமாளிப்பது, ஓட்டை பக்கெட் ஒன்றை வைத்துக்கொண்டு செம்பரம்பாக்கம் ஏரியைக் காலிசெய்துவிட முயல்வது போலாகும். ஆண், பெட்டை ஆகிய எல்லா நாய்களுக்கும் ஒன்றாக, ஒரே சமயத்தில் கருத்தடை செய்தால் மட்டுமே அவற்றின் எண்ணிக்கையைக் குறைக்கமுடியும். அது முடியாத காரியம் என்பதோடு அரைக்கிணறு தாண்டுவது போன்றது.

இதில் இன்னொரு பிரச்சினை, தெருநாய்கள் மட்டும் பல்கிப் பெருகுவதில்லை. பொறுப்பற்ற நாய் வளர்ப்போர் பலரும் தங்கள் வீட்டு நாய் போட்ட குட்டிகளை என்ன செய்வது என்று அறியாமல் பொது இடத்தில் போட்டுவிட்டுப் போய்விடுகின்றார்கள். அவற்றில் உயிர் பிழைப்பவை தெருநாய்க் கூட்டத்தில் சேர்ந்துவிடுகின்றன. இது எல்லா ஊர்களிலும் காணக்கூடியது. இன்னும் சிலர் ஊரை விட்டுப் போகும்போது

தங்கள் நாய்களைத் தெருவில் விட்டுப் போய்விடுகின்றனர். ஆகவே வெகு சிலவற்றை மட்டும் காயடிப்பது அல்லது கருத்தடை செய்வது எந்த விதத்தில் பயனளிக்கும்?

வெறிநாய்க்கடி நோய்க்கு என்ன செய்யப்போகின்றோம்? இதைப் பற்றி WHO வெளியிட்டிருக்கும் கையேட்டில் சுருக்க மாகச் சொல்லப்பட்டிருக்கிறது: "செல்லப்பிராணிகள் குறித்த சட்டங்களை அமல்படுத்தி, தடுப்பூசித் திட்டங்களை தீவிரமாக்கி, வேண்டாத நாய்களை ஒழியுங்கள்."

தெருநாய்களால் எழும் பிரச்சினை வெறிநாய்க்கடி நோய் மட்டுமல்ல. தெருக்களில் இவை கழிக்கும் மலத்தால் மனிதர்களுக்கு சில நோய்கள் வரக்கூடும். இந்த நாய்களால் வரும் சாலை விபத்துகளும் ஏராளம். தெருநாய்களால் மக்களுக்கு ஏற்படும் தொல்லைகளைப் பற்றி "இது பாம்புக்கடிப் பிரச்சினையைவிட ஆபத்தானது" என்கின்றார் காட்டுயிர் எழுத்தாளர் ஜானகி லெனின்.

இதற்கு இன்னொரு பரிமாணமும் உண்டு. கடந்த பதினைந்து ஆண்டுகளில் பிணந்தின்னிக் கழுகுகள் மறைந்துவிட்டன. செத்த மாடுகளை உணவாகக் கொண்ட இப்பறவைகளின் உடலில், கால்நடைகளுக்குப் பயன்படுத்தப்படும் டைக்ளோஃபெனாக் எனும் மருந்து சென்று பறவைகளை வேகமாகக் கொன்று விடுகின்றது. இந்தக் கழுகுகள் இல்லாத நிலையில், தெருநாய்கள்

நாய் கானமயிலை துரத்தல்

தாம் ஆடுமாடுகளின் சடலங்களை தின்கின்றன என்றும் அவற்றின் எண்ணிக்கை அதிகரிப்பதற்கு இதுவும் ஒரு காரணம் என்றும் ஒரு கணிப்பு கூறுகின்றது.

நாட்டில் உள்ள காட்டுயிர்களுக்கும் தெருநாய்களால் ஆபத்து என்று அண்மை ஆய்வுகள் சுட்டிக்காட்டுகின்றன. பெங்களூருவில் உள்ள சுமன் ஜுமானி, அர்ஜுன் ஸ்ரீவத்சா என்ற இரு காட்டுயிர்க் கள ஆய்வாளர்கள் முதுமலையில் ஐந்து நாய்கள் கூட்டாகச் சேர்ந்து மான் ஒன்றைக் கொன்று தின்றதைப் பதிவுசெய்து ஓர் ஆய்வுக் கட்டுரை எழுதியுள்ளனர். இதுபோன்று மற்ற பல இடங்களிலும் நடக்கின்றது என்கின்றார்கள். நாய்களிடமிருந்து ரேபீஸ் நோய் காட்டுயிர்களுக்குத் தொற்றுவது பதிவு செய்யப்பட்டிருக்கின்றது. மகாராஷ்டிராவில் ஷோலாப்பூர் அருகே சிலரை ஓநாய்கள் தாக்கின. அவர்களை மருத்துவச் சோதனை செய்தபோது ஓர் ஓநாய்க்கு ரேபீஸ் நோய் இருந்தது தெரியவந்தது. பல சரணாலயங்களின் உள்ளே ஓரப்பகுதிகளில் நாய்கள் திரிவதைப் பார்க்கலாம்.

சென்னையில் உள்ள கிண்டி மான் சரணாலயத்தில் உள்ள வெளிமான்களின் எண்ணிக்கை வெகுவாகக் குறைந்து அவை ஏறக்குறைய அற்றுப்போயிருப்பதற்குத் தெருநாய்கள்தாம் காரணம். அங்கு திரியும் நாய்கள் மான்குட்டிகளை எளிதாக விரட்டிக் கொன்று தின்கின்றன. வெளிமான்கள் அரிதான இனம் என்றும் இங்குள்ள புதர்க்காடுகள்தாம் அவற்றின் தாய்வீடு என்பதையும் நாம் மனதில் கொள்ள வேண்டும். இதேபோல் ஒடிஷாவிலுள்ள வெட்னாய் சரணாலயத்திலும் வெளிமான்களின் குட்டிகள் நாய்களுக்கு இரையாகின்றன என்று

நாய்கள் காட்டுக்கழுதை குட்டியைத் துரத்தல்

காட்டுயிரியலாளர் பிதம் சட்டோபாத்யாயா Conservation India எனும் சஞ்சிகையில் பதிவுசெய்திருக்கின்றார். தேசிய காட்டுயிர் அமைப்பின் (National Board of Wildlife) உறுப்பினர் ஹெச்.எஸ். சிங், குஜராத்தில் உள்ள வெளிமான்களுக்குத் தெருநாய்களால் பெரும் ஆபத்து என்று ஓர் ஆய்வுக் கட்டுரையில் எழுதுகின்றார். மெசானா மாவட்டத்தில் வெளிமான்களின் எண்ணிக்கை 5,000இலிருந்து 1,000ஆகக் குறைந்ததற்குத் தெருநாய்கள்தாம் காரணம் என்கின்றார் சிங். அதேபோல் கட்ச் பகுதியில் உள்ள காட்டுக்கழுதைச் சரணாலயத்தில் நாய்கள் பாலைவன நரி, காட்டுக்கழுதையின் குட்டி ஆகியவற்றை வேட்டையாடித் தின்கின்றன என்பதைச் சுட்டிக்காட்டுகின்றார்.

நம் நாட்டின் கிழக்குக் கடற்கரையில், குறிப்பாக ஒடிஷா, ஆந்திரா, தமிழ்நாடு ஆகிய பகுதிகளில் அரிதாகிவரும் கடல் ஆமைகள் குளிர்காலத்தில் கடலோர மணலில் குழி பறித்து முட்டையிட ஆயிரக்கணக்கில் வருகின்றன. இங்கு சுற்றித் திரியும் நாய்கள் அந்த முட்டைகளைத் தின்றுவிடுகின்றன. இதனால் இந்த ஆமைகள் அழிவின் விளிம்பிற்குத் தள்ளப்பட்டுள்ளன. அந்தமான் தீவுகளுக்கு முட்டையிட வரும் தோணி ஆமைகள் (leatherback turtle) இடும் முட்டைகளில் 90 விழுக்காடு நாய்களால் தின்னப்படுகின்றன என்கின்றார் சிங். இதனால் உலகிலேயே உருவில் பெரிய இந்தக் கடல் ஆமையின் எதிர்காலம் கேள்விக்குரிய தாக இருக்கின்றது என்கிறார்கள் காட்டுயிர் ஆய்வாளர்கள். மனிதனின் உற்ற தோழன் பல இடங்களில் காட்டுயிருக்கு எமனாக மாறிவிட்டான்.

தெருநாய்கள் சுற்றுச்சூழல் மாசுபாட்டின் அடையாளங்கள். இது ஒரு பெரும் சுகாதாரப் பிரச்சினை என்பது மட்டுமல்ல, நிலைமை நாளுக்கு நாள் மோசமாகிக்கொண்டே போகின்றது. நிச்சயமாக இது நாய்களின் தவறல்ல. போகாத ஊருக்கு வழிகாட்டும் விலங்குக் கருத்தடை (Animal Birth control) போன்ற திட்டங்களால் எந்த விதப் பயனும் இல்லை என்பதை நாம் புரிந்துகொண்டு, இந்தப் பிரச்சினையை, அதன் கடுமையை உணர்ந்து அறிவியல் ரீதியில் அணுக வேண்டும்.

நாயும் நாமும்

நாய் வளர்ப்பில் உள்ள பொறுப்பு குழந்தைப் பராமரிப்பு போன்றது. குழந்தையாவது தனக்கு வேண்டியதைக் கேட்கும். வலித்தால் அழும். ஆனால் வாயில்லாத நாய் பேசாமல் வதைபடும். சில வீடுகளில் கட்டிப்போடப்பட்டிருக்கும் நாயைக் காணும்போது இது பற்றி நினைத்துக்கொள்வேன். மனிதர்களைத் தனிச் சிறையில் அடைப்பதுபோல் இது ஒரு சித்திரவதை.

தமிழகத்தில் மிகப் பழங்காலத்திலேயே நாய்கள் மனிதர்களுடன் சேர்ந்து வாழ்ந்தன என்பதைப் பாறை ஓவியங்களால் நாம் அறிய முடிந்தாலும், ஆயிரமாயிரம் ஆண்டுகளாக அது குதிரை, மாடு போன்று ஒரு வேலைசெய்யும் விலங்காகவே இருந்தது. காவலுக்கும் வேட்டைக்கும் பயன்படுத்தப்பட்டது. அதிலும் பாமரர்கள், விவசாயிகள், உழைக்கும் வர்க்கத்தினர் ஆகியோரே நாய்களை வளர்த்தனர். மற்றவர்கள் நாயைக் கேவலமாகப் பார்த்தனர். ‘நாய்’ என்பது ஒரு வசவுச் சொல் ஆனது.

கடந்த இரண்டு மூன்று நூற்றாண்டுகளில்தான் நாய் நம் நாட்டில் செல்லப்பிராணியாக ஏற்றுக் கொள்ளப்பட்டது. குறிப்பாக பிரித்தானியர் வந்த பிறகுதான். நாய்களை வளர்ப்பதில் பெயர்பெற்ற இவர்கள் ஆயிரக்கணக்கில் அவற்றை இறக்குமதி செய்தனர். அதுவரை நாயை மட்டுமல்ல, எல்லா உயிரினங்களையும் தூரத்திலேயே வைத்திருந்த நம்மூர் மேட்டுக்குடி மக்கள் சிலரும் வெள்ளைக்காரர்களைப் பின்பற்றி கிரிக்கெட், கால்ஃப் விளையாடத் தொடங்கியதுபோல நாய் வளர்க்க ஆரம்பித்தனர்.

ஸ்பானியல், அல்சேஷன் போன்ற நாய்கள் இந்திய வீடுகளில் தென்பட ஆரம்பித்தன. இன்றும் நாய்களுக்கு ஸ்பாட்டி, ஜிம்மி, டைகர் என்று ஆங்கிலப் பெயர்களே வைக்கப்படுவதை கவனியுங்கள். ஆனால் பலர் நாயை வளர்த்தாலும் அதை வீட்டிற்குள் நடமாட விடமாட்டார்கள்.

நாய் வளர்ப்பதில் ஓர் அடிப்படை விதி, மற்றவர்களுக்கு நம் நாய் எவ்விதத்திலும் பிரச்சினையாக இருக்கக்கூடாது. இதற்கு நாய் பழக்கப்பட வேண்டும். சதா குரைக்காமல் இருக்க, வீட்டிற்கு வருபவர்கள் மேல் தாவாமல் இருக்க, நடைப் பயிற்சியின்போது நம்மை இழுத்துக்கொண்டு போகாமல் இருக்க, மற்ற நாய்களை சாலையில் கண்டால் உறுமாமல் இருக்க, வாகனங்களை துரத்தாமல் இருக்க நாய்களைப் பழக்க முடியும். ஆனால் வெகு சிலரே இதற்கு நேரம் செலவழிக்கத் தயாராக இருக்கின்றார்கள். பயிற்சி ஏதும் கொடுக்காமல் அது தொல்லை செய்கிறது என்று கட்டிப்போட்டுவிடுவார்கள். அது குரைத்துக்கொண்டே இருக்கும். ஆடுமாடுகளைக் கட்டிவைக்கிறோமே, நாயைக் கட்டிவைத்தால் என்ன என்று நினைக்கின்றார்கள் போலும். இது ஒரு தவறான, குறுக்கு வழி. இதனால்தான் பல அடுக்குமாடிக்

நாயும் நாமும்

கட்டிடங்களில் நாய் வைத்திருக்க அனுமதிப்பதில்லை. அப்படியே சில இடங்களில் அனுமதித்தாலும் அந்த நாய்களுக்கு எந்த விதமான உடற்பயிற்சியும் இல்லாததால் சீக்கிரமே உடல்நலம் குறைகின்றது. கால்நடை மருத்துவராக இருக்கும் எனது நண்பர் ஒருவர், இந்தியாவில் வளர்ப்பு நாய்களுக்கு இருக்கும் ஒரு பெரும் பிரச்சினை உடல் பருமன் என்கிறார்.

அதே போல்தான் நாய்க்கு உணவு கொடுப்பதும். சில வீடுகளில் நாயை ஒரு நடமாடும் குப்பைத்தொட்டி போல் பாவித்து, மிச்ச மீதி சாப்பாட்டைப் போட்டு வளர்ப்பார்கள். மரக்கறி உணவுப்பழக்கம் உள்ள சிலர், தங்கள் மதிப்பீட்டை பாவம் நாய் மீது திணிப்பார்கள். நாய் இறைச்சி உண்ணும் விலங்கு. அதற்கேற்ப அதன் உணவுப்பாதை மிகவும் குறுகியது. அதன் கோரைப்பற்களைப் பாருங்கள். அதற்கு மரக்கறி உணவு மட்டுமே போடுவது ஒரு கொடுமை. இப்போதுதான் குளிகை வடிவில் நாய் உணவு கிடைக்கின்றதே, அதை வாங்கிக் கொடுக்கலாம். வெறும் தயிர் சாதத்தைப் போட்டு வளர்த்தால் அது உயிரோடு மட்டும்தான் இருக்கும், ஆரோக்கியமாக இருக்காது. இயற்கையியலாளர் மா. கிருஷ்ணன் தாம் தீவிர சைவமானாலும் மைலாப்பூரில் அவர் வளர்த்த கோம்பை நாய்க்குத் தோட்டத்தில் இறைச்சி சமைத்துப் போடுவதை நான் பார்த்திருக்கின்றேன். விலங்குகளை நேசித்தவராயிற்றே!

செல்லப்பிராணி வளர்ப்பை நாம் எவ்வாறு அணுகுகின்றோம்? பல காரணங்களுக்காக நாய் வாங்குகின்றோம். குழந்தைகள் கேட்டார்கள் என்று, காவலுக்கென்று. ஆனால் அதோடு வரும் பொறுப்பைத் தட்டிக் கழிக்கின்றோம். இதன் ஒரு விளைவு – உலகிலேயே தெருநாய்கள் அதிகமாக இருக்கும் நாடு இந்தியாதான். வெறிநாய்க்கடிக்கு உயிரிழப்பதிலும் நம் நாடுதான் முதலிடம் வகிக்கின்றது. பெட்டை நாய்க்குக் கருத்தடை செய்யாமல் விட்டுவிட்டு, அது குட்டி போட்ட பின் என்ன செய்வது என்று தெரியாமல் அவற்றைப் பூங்காபோன்ற பொது இடங்களில் கொண்டுபோய் விட்டுவிடும் ஆட்கள் இருக்கின்றார்கள். வேறு ஊருக்கோ நாட்டிற்கோ செல்லும்போது நாய்களைத் தெருவில் விட்டுச் செல்பவர்கள் உண்டு. சிலர் தெருநாய்களுக்குச் சோறு போடுவார்கள். ஒரு பெரிய புண்ணியக் கைங்கரியம் போல் பத்திரிகைகளும் படம் போட்டு வெளியிடும். ஆனால் அவற்றுக்குத் தடுப்பூசி போடவோ கருத்தடை செய்யவோ எந்த முயற்சியும் மேற்கொள்ள மாட்டார்கள்.

தெருநாய்கள் பல்கிப் பெருகி ஒரு பிரம்மாண்டமான சுற்றுச்சூழல் பிரச்சினையாக உருவாகியிருக்கின்றன. விலங்குக் கருத்தடைத் திட்டம் (ABC - Animal Birth Control) இருபது

ஆண்டுகளுக்கு மேல் இயங்கிக்கொண்டிருந்தாலும் தெருநாய்களின் எண்ணிக்கை கூடிக்கொண்டேதான் போகிறது. நிபுணர்களும் நீதிபதிகளும் இது உதவாத வேலை என்று கூறிவிட்டார்கள். அது மட்டுமல்ல, நாய்க்கு வெறி பிடிப்பதைக் கருத்தடை எந்த விதத்திலும் குறைக்காது. ஏனென்றால் அந்த வெறிநோய்த் தடுப்பூசி ஒவ்வொரு ஆண்டும் போடப்பட வேண்டும். யார் ஒவ்வொரு தெருநாயையும் பிடித்து வருடாவருடம் ஊசி போடுவது? நடக்கிற காரியமா?

இந்த நிலையில் பிரச்சினையைத் தீர்க்க உதவாமல் விலங்கு ஆர்வலர்கள் தெருநாய்களுக்காகப் பேசுகின்றோம் என்று மேலும் குட்டையை குழப்புகிறார்கள். அமெரிக்காவில் உருவான விலங்குரிமை இயக்கம் நம் நாட்டுக்கு வரும்போது ஓர் உருமாற்றத்தை அடைந்தது. இங்கு மரக்கறி உணவைப் போற்றிச் செயல்பட ஆரம்பித்துவிட்டது. அது ஓர் அரசியல் பரிமாணம் கொண்ட தனி சிந்தாந்தமாயிற்றே. அது மட்டுமல்ல, ஜல்லிக்கட்டும் இவர்களது இலக்கானது.

உலகின் எல்லா தொல்கலாச்சாரங்களிலும் உழைக்கும் வர்க்கத்தினருக்கும் விலங்குகளுக்கும் நெருங்கிய உறவு உண்டு. இது காலங்காலமாகச் செழித்திருக்கும் பாரம்பரியம். குளுகுளு அறைக்குள்ளிருந்து கணினியைத் தட்டிக்கொண்டு, விலங்கு எதையும் தொட்டுக்கூடப் பார்த்திராத, எருதுக்கும் எருமைக்கும் வித்தியாசம் தெரியாத நகர்வாழ் மேல்தட்டு மக்கள் குடியானவர்களுக்குச் சொல்லித்தர வேண்டியது ஒன்றும் இல்லை. ஜல்லிக்கட்டுக்காகப் பேணிப் பராமரிக்கப்படும் மாடுகள்தாம் காங்கேயம், பருகூர் போன்ற உள்ளூர்க் கால்நடை இனங்களின் பொலிகாளைகள். ஜல்லிக்கட்டை நிறுத்தினால் சில ஆண்டுகளில் நம் பாரம்பரியக் கால்நடை இனங்கள் மறைந்து விடும். இந்தப் பிணைப்புகள் விலங்கு நேயர்களுக்குப் புரிவதில்லை.

நாய்க்குட்டி வாங்குமுன் தீர யோசியுங்கள். நாய் வளர்ப்பு பற்றி ஒரு புத்தகம் படியுங்கள். இல்லை என்றால் இருக்கவே இருக்கின்றது கூகுள். நாய்க்காகச் சிறிது நேரம் செலவழித்து, அதைப் பழக்கப்படுத்தி வளர்த்தால் அது பிரச்சினை இல்லாமல் நம் இல்லத்தில் ஒருவர் போல இருக்கும். அதிலும் முதியோருக்கு அது ஓர் அன்பான துணை. இதை நான் எழுதும்போது என் நாய் ஜேனு என் காலடியில், தன் உடல் என் காலில் படும்படி படுத்திருக்கின்றான். கணினியை அணைத்துவிட்டு நான் தூங்கப் போகும்போது அவனும் கூட வந்து என் கட்டிலுக்கு அருகே படுத்துக்கொள்வான்.

சு. தியடோர் பாஸ்கரன்

குறிப்புகள்

இந்த நூலை எழுத நான் பயன்படுத்திய பெருவாரியான நூல்களும் கட்டுரைகளும் ஆங்கிலத்தில் எழுதப்பட்டவை. ஆகவே அந்த ஆங்கிலத் தலைப்புகளையே இங்கு தருகின்றேன்.

நாய் ஒரு வளர்ப்பு விலங்கு ஆன வரலாறு

1. **'Before humans milked cows, herded goats or raised hogs... they had dogs'**: James Gorman, 'The Big Search to Find Out Where Dogs Come From', *The New York Times*, 18 January 2016.

2. **Research project carried out in Sweden:** Love Dalen et al, 'Ancient Wolf Genome Reveals an Early Divergence of Domestic Dog Ancestors and Admixture into High Latitude Breeds', *Current Biology 25, 2015*.

3. **'Dogs may have been domesticated much earlier':** 'Dogs May Have Split from Wolves 10,000 Years Earlier Than Thought', Archaeology, 22 May 2015.

4. **In 2011... the carcasses of two puppies:** Anna Liesowska, 'Ancient puppy's brain is 'well preserved'... as dog bares its teeth after 12,400 years', *The Siberian Times*, 16 March 2016.

5. **...a team of scientists presented their findings on the origin of the dog:** Laura M. Shannon et al., 'Genetic structure in village dogs reveals a Central Asian domestication origin', PNAS, 19 October 2015, 10.1073/pnas.1516215112.

6. **Database of the DNA of ancient dogs:** Gorman, 'The Big Search'.

7. **A study done in Adelaide, at the Australian Centre for Ancient DNA, has linked ancient Indian Canine visitors:** 'The Big Search to Find Out Where Dogs Come From', *The Conversation*, 15 January 2013.

8. **A hunting scene depicting a dog walking along with a man:** T.S. Subramanian, 'Discovering the deciphering rock art', *Frontline*, 27 November 2015.

9. **The East India Company officials requested four dogs:** Issac Job Thomas, *Paintings in Tamil Nadu: A History*, Oxygen Books, 2014, p.240.

10. **Silver vessels for these dogs:** J.L. Kipling, *Beast and Man in India: A Popular Sketch of Indian Animals in their Relations with the People*, London: Macmillan and Co., Limited 1904.

11. **Greyhound racing at Faridabad in Punjab:** Ellen Barry, 'Chasing the lure of Royal Past with Greyhound Racing in Punhab', *The New York Times*, 9 January 2016.

12. **Banned the import of foreign breeds**: T.M. Cinthya Anand, 'Indian summer not for exotic dogs', *The Hindu*, 29 April 2016.

13. **Bangalore has seen about fifty dogs spas:** Abhineet Kumar, 'Ratan Tata now funds love for dogs', *Business Standard*, 5 January 2016.

14. **There are 1,432,522 pet dogs in this city:** *The Times of India*, 16 December, 2015.

இந்தியாவில் நாய்கள் வரலாறு

15. **Provides a graphic description of how Indian hunting dogs were used:** M. Krishnan, 'World of Smells', *The Statesman*, 21 April 1979

16. **A rare golden-coated Tibetan mastiff was sold by a breeder for $2 million:** Parismita Goswami, 'Tibetan Mastiff Puppy Sold for $2 Million in China', *International Business Times*, 20 March 2014.

17. **Concerned about the survival of most marvelous breed of dog, a living piece of India's history:** 'The Karwani'. Report from the Karwani Group to KCI, March 2015.

18. **Dog with a photograph:** J. Sidney Turner, *The Kennel Encyclopedia*, 1908.

19. **Poligar is indeed the Rajapalayam:** M. Krishnan, 'The Indian Country Dog' *The Statesman*, 19 June 1983.

இன்றைய நிலை

20. **There were also a number of other very fine Indian breeds that arrested our notice:** *Madras Musings*, 1 March 2005.

21. **Wait for nearly ten years before all formalities with the FCI:** Interview With The Author, 6 September 2015.

தெருநாய்கள் பற்றி

22. **81 per cent of all the rabies deaths in the world:** Dr. K. Sandeep, 'Man's worst foe', *The Hindu*, 6 May 2002.

23. **Every two seconds someone in the country is bitten by a dog:** Read it here: http://www.missionrabies.com/.

24. **How does one deal with the problem of stray dogs?:** *Current Conservation*, 8 October 2014.

25. **India is home to thirty million stray dogs:** Neetu Chandra, 'Rabies stalks India with its 30 million stray dogs', *India Today*, 6 April 2014.

26. **There are 12,000 rabid dogs spreading pain and death:** *People's Reporter*, 16 July 1998.

27. **According to the last official survey of stray dogs:** 'No census on street dogs in last six years', *Indian Express*, 17 August 2015.

28. **There is one death by rabies every thirty minutes in India:** *Times of India*, 25 February, 2016.

29. **The public must be educated about stray dogs:** M.K. Sudarshan, 'Assessing the Burgen of Rabies in India', at the WHO Rabies Survey, 2004.

30. **One breeding pair would have multiplied into 382 in the third year:** *The Humane Society of the United States*.

31. **Stray Dog Free Bangalore files a complaint:** *The Hindu*, 30 June 2002.

32. **In the absence of vultures, stray dogs move in:** Nikita Mishra, 'Alert! Vultures on the brink of extinction in India', *The Quint*, 30 June 2015.

33. **Road accidents caused by stray dogs:** Janaki Lenin, 'Dogs and Us', *Indian Express*, 14 January 2007.

34. **Five dogs chase and kill a spotted deer:** Sumana Jumani and Arjun Srivathsa, 'When domestic dogs are used for hunting', *The Hindu*, 6 December 2012.

35. **Stray dogs are serious threat to blackbuck:** Himanshu Kaushik, 'Did dogs wipe out 80% of Kadi's blackbucks?', *The Times of India*, 25 October 2015.

36. **Kerala is changing from 'God's Own Country' to 'Dog's Own Country':** Krishnadas Rajagopal, 'SC expresses concern over rising stray dog menace in Kerala', *The Hindu*, 1 March 2016.

நூல் எழுத உதவிய புத்தகங்களும் கட்டுரைகளும்

Allen, Charles. *The Prisoner of Kathmandu: Brian Hodgson in Nepal. 1820-43.* 2016. This book quotes from an unpblished paper "Hodgson's Tibetean mastiffs: Survival at sea, twice presented to the London Zoo and tragic demise"

'Dogs Domesticated Over 27,000 Years Ago: Study', *The Hindu*, 23 May 2015.

'Study links ancient Indian visitors to Australia's first dingoes' *The Conversation*, 15 January 2013.

'The Karwani', Report from the Karwani Group to KCI, March 2015

Baker, Samuel White, *The Rifle and the Hound in Ceylon*, London: Longman, Brown, Green and Longmans, 1954.

Anand, Cinthya, 'Is it goodbye to foreign breeds in Bengaluru homes?', *The Hindu*, 29 April 2016.

Barry, Ellen, 'Chasing the Lure of Royal Past with Greyhound Racing in Punjab', *The New York Times*, 9 January 2016.

Baskaran, Theodore, S., 'Canine Watch', *The Hindu*, 9 January 2005.

Belsare, Anirudha, 'Diseases of free-ranging dogs: Implications for wildlife in Concervation in India', *Current Conservation*, 8 November 2014.

Bhakat, M., 'An Ode to the Bahkarwal Dog', *Dogs & Pups*, Jan-Feb Issue 2010.

Bukhari, Shujaat, 'Fear of Bakerwali dog going extinct', *The Hindu*, 16 November 2011.

Burton, R. W., Lt. Colonel, 'Days and Doings with my Bobbery Pack', in *Natural History and the Indian Army*, J.C. Daniel and Lt. Gen. Baljit Singh, eds., Bombay: Bombay Natural History Society, 1886.

Corbett, Jim, *The Man-Eating Leopard of Rudraprayag*, London: Oxford University Press, 1948.

Dayma R.G., & B.A. Gadgil, 'Police Dogs', *Science Age*, November, 1986.

Debroy, Bibek, *Sarama and Her Children*, New Delhi: Penguin, 2008.

Desai, Rishikesh Bahadur, 'Tombs for "Saintly" Parrots and "Royal" Dogs in Bidar', *The Hindu*, 29 November 2015.

Dyanesh, Jathar, 'Dogged Determination', *The Week*, 20 June 2015.

Forsyth, J, Captain, *The Highlands of central India: Notes on their Forests and Wild Tribes, Natural History and Sports*, London: Chapman and Hall, 1889.

Francis. F.ICS., *The Madras District Gazetteers*, Madurai, 1906.

Fryer, John, *A New Account of East-India and Persia*, London: Rose and Crown, 1898.

Ghosh, Amitav, *Flood of fire*, New York: Farrar, Straus, and Giroux, 2015.

Gorman, James, '15,000 years Ago, Probably in Asia, the Dog was Born', *The New York Times*, 19 October 2015.

Gorman, James, 'The Big Search to Find Out Where Dogs Come From', *The New York Times*, 18 January 2016.

Harari, Yuval Noah, *Sapiens: Brief History of Humankind*. London: Penguin, 2011.

Hubbard, Clifford, *The Afghan Handbook*, London: Nicholsons and Watson, 1957.

Hultzsch, E., ed., *Epigraphia India*, Volume VI, New Delhi: Archeological Survey of India, 1901.

Hutchinson, Walter, *Hutchinson's Popular & Illustrated Dog Encyclopedia*, London: Hutchinson & Co., 1935.

Indian Kennel Gazette, Indian Breeds Special Issue, July 2015.

Kannaiyan, V., *Scipts In and Around India*, Madras: Government Museum Bulletin, 1960.

Kipling, J. L., *Best and Man in India: A Popular Sketch of Indian Animals in their Relations with the People*, London: Macmillan and Co. Limited, 1904.

Krishnamurthy, S., *Hero Stones*, 2005.

Krishnan, M., 'World of Smells', *The Statesman*, 21 April 1979.

Krishnan, M., *Jungle and Backyard*, New Delhi: National Book Trust, 1961.

Krishnan, M., 'The Indian Country Dog', *The Statesman*, 19 June 1983.

Lenin, Jananki, 'How Dogs have played a part in killing wild life', *First Post*, 31 July 2011.

Lockwood, M.C., 'A Mystery Dog in Sculpture', *Indian Express*, 6 March 1976

Lookwood, Michael, ed., *Indological Essays*, Chennai: MCC. 1992

Lorenz, Konrad, *Man Meets Dog*, London: Methuen and Co., 1954.

Messerschmidt, Don, *Big Dos of Tibet and the Himalayas*, Bangkok: Oxford Press, 2010.

Mosley, Leonard, *The Last Days of British Raj*, London: Weidenfeld and Nicolson, 1961.

Napier, E. Major, *Scenes and Sports in Foreign Lands*, London: Henry Colburn, 1840.

Nelson, J. H., *The Madura Country: A Manual*, Madras: Asylum Press, 1868.

Osborn, Lt. Gen., 'Indian Sheep Dogs', *Natural History ad the Indian Army*, J.C. Daniel and Lt. Gen.Baljit Singh, eds., Bombay: Bombay Natural History Society, 2009.

Pandian, Thomas, *Indian Village Folk: Their Work and Ways*, London: Elliot Stock, 1897.

Reddy, Upender, 'Recognising and Loving Our Indian Treasure Forever', *Dogs and Pups*, 20 November 2009.

Right to Information Act, 2005. Information collected through No. NBAGR/RTI Act/application/2014-15/714 dated 29 September 2015.

Sarportdar, Mrinalini, 'The Dog in Anient and Medieval India', *Science Age*, Vol. 4, No. 8, November 1986.

Sayeed, Vikhar Ahmed, 'The Hounds of Mudhol', *Frontline*, 26 June 2015.

Schimmel, Annemarie, *The Empire of the Mughals: History, Art and Culture,* Chicago: University of Chicago Press, 2006.

Shahu, Chhatrapati (Maharaja of Kolhapur), Vilas Adinath Sangave, B.D. Khane, 'Rajarshi Shahu Chatrapathi papers: 1910-1913', Kolhapur: Shahu Research Centre, 1994.

Shannon, Laura M., et al. 'Generic Structure in Village Dogs Reveals a Central Asian Domestication Origin', *Proceedings of National Academy of Sciences*, 3 November 2015.

Siddu, Siva, *Complete Study of Chippiparai/Kanni Breed* (circulated monograph), 2015.

Sidney Turner, J., ed., *The Kennel Encyclopedia*, London: George Routledge and Sons, 1908.

Sinclair. W.F., 'Notes on Indian Breeds of Dogs', *Journal of Bombay Natural History Society*, No. IV, 1892.

Skoglund, Pontus; Ersmark, Erik; Palkopulou, Eletherfheria and Dalen, Love, 'Ancient Wolf Genome Reveals an Early Divergence of Domestic Dog Ancestors and Admixure into High-latitude breeds', *Current Biology*, Volume 25, Issue 11, p 1515-1519, 1 June 2015.

Soman, W.V., *The Indian Dog*, Bombay: Popular Prakasham, 1963.

The Imperial Gazetteer of India, Volume I, Oxford: The Clarendon Press, 1909.

Thomas, Mini .P., 'Unsound Bite', *The Week*, 12 July 2015.

Vacek,J., 'The Dog in Sangam Literature', *Pandanus '06. Nature in Literature and Ritual*, 2006.

Von Holdt, Bridgitt M. et al., 'Genome-wide SNP and Haplotype Analyses Reveal a Rich History Underlying Dog Domestication', *Nature*, 8 April 2010.

Wade, Nicholas, 'New Finding Puts Origins of Dos in Middle East', *The New York Times*, 17 March 2010.

Warmington, E.H., *The Commerce between the Roman Empire and India*, New Delhi: Munshiram Manoharlal Publishers, 1928.

Weber, Andreas, 'Best Friend', *Geo*, October 2012.

Welsh, Colonel James, *Military Reminiscences: Extracted from a Journal of Nearly Forty Years' Active Service in the East Indies*, London: Smith, Elder and Co., 1830.

Yong, Ed, 'A Genetic Study Writes a New Origin Story for Dogs', *the Atlantic*, 19 October 2015.

சொல்லடைவு

அக்பர், சக்ரவர்த்தி, 28

அகிடா நாயினம், 54, 121

அஞ்சல் தலை, நாயின, 76, 119, 120, 122

அம்பேத்கர், பாபாசாஹேப், 51

அமிதாவ் கோஷ், நாவலாசிரியர், 29

அய்யனார் கோவில், 68

அருணாசலப் பிரதேசம், 92, 94

அலக்னூரி, நாயினம், 96, 97

அலெக்ஸாண்டர், மாவீரன், 23

அஜந்தா ஓவியங்கள் 26, 45

ஆஃப்கானிஸ்தான், 28, 62, 77, 109

ஆடு, கன்னி இன, 99

ஆற்காட்டு நவாப், 29, 46

இந்திய அமைதிப்படை, (IPKF) 54

இந்திய தொல்லியல் துறை, 40

இந்திய நாய் மன்றம் (Kennel Club of India), 50, 62, 103, 119, 120, 122

இந்திய பிராணி நல வாரியம் (Animal Welfare Board of India), 58

இந்திய ராணுவம், 54, 76, 111, 122

இந்திய வேளாண்மை ஆராய்ச்சிக் கழகம், 61, 65

இமாலய மாஸ்டிஃப், 50, 70, 73–76, 92, 98, 120

இமாலய மேய்ப்பு நாய், 76, 120, 123

உலக சுகாதார நிறுவனம் (WHO), 121

எடுத்தானூர் நடுகல், 32

ஒற்றை விரை குறை, 43

ஓநாய், 17–19, 75, 126

கங்காதரர் சிற்பம், 35, 36

கட்டபொம்மன், வீரபாண்டிய 115, 116

கண்ணப்பர் கதை 36

கதிரி நாய் 118

கந்தசாமி, ந., மரபியலாளர், 12

கன்னி நாயினம், 97–99

காரவான் நாய், 44, 58–59, 63, 101–103, 120, 122

காவல்கோட்டம், தமிழ் நாவல். 124

கால்நடைப்பண்ணை, ஒசூர், 41, 99

கான்ராட் லாரன்ஸ், விலங்கியலாளர் 18

கிப்ளிங், ஜே.ஹெச்., எழுத்தாளர் 99

க்ரஃப்ட் நாய்க் கண்காட்சி 54

கிருஷ்ணன், மா., இயற்கை யியலாளர், 53, 67, 79, 114, 115, 130, 135

கிருஷ்ணா, மூன்றாம், ராஷ்டிரகூட மன்னன், 33

கிருஷ்ணமூர்த்தி டி., நாய் ஆர்வலர், 121

குதிரை, 25, 27, 32, 35, 40, 47, 75, 80, 82, 96, 93, 102, 105, 111, 114, 128, 133

குருதியேற்றம், நாய்களுக்கு, 54, 55, 108

குருமலை நாயினம், 104

கூச்சி நாயினம், 77, 78

கைக்காடி நாய், 107

கோம்பை நாய், 43, 53, 56, 58, 63, 79–80, 120, 135

கோம்பை வளர்ப்போர் சங்கம், 58

கோலாப்பூர் மகராஜா, 57, 96, 105

சடங்கு வேட்டை, 68

சிந்தி நாயினம், 82

சிப்பிப்பாறை நாய், 12, 53, 55, 63, 64–65, 68, 99, 104, 108, 109, 114, 120, 122

சிவாஜி, சத்ரபதி, 40

சிறுத்தைப் பட்டை, 44

சுதர்சன், சிவி, நாய் விற்பன்னர், 64, 122

சுதர்ஷன், எம்.கே., ரேபீஸ் நோய் நிபுணர், 128

சுவரோவியங்கள், 27, 45

சூடு போடுதல், நாய்களுக்கு, 44, 86

சோமன், டபிள்யூ.பி., மேஜர், 72, 77

சௌத்தி கூட். பஞ்சாபி திரைப்படம் 123

டிங்கோ, ஆஸ்திரேலிய காட்டு நாய்கள், 23

டுமட் நாய்கள், 19, 20

தக்கோலம் போர், 33

தலைக்கோட்டை போர், 85, 114

தயாநிதி மாறன், 116

தராதரம், நாயினங்களின், 117

தாமஸ் டிரவுட்மன், வரலாற்றாசிரியர், 11

திப்பு சுல்தான், 41

திபெத்தியன் டெரியர், 49, 54, 94

திபெத்தியன் ஸ்பானியல், 11, 49, 92–94

துப்பாக்கி நாய்கள், 46

தெருநாய்கள் 12, 120–127, 130–131

தேவாரம், பக்தி நூல், 25

தொங்கு நகம், 42

நடுகற்கள், 31–34

நாய் ஓட்டப்பந்தயம், 47, 53

நாய், வளர்ப்பு விலங்கு, 12, 17, 25–26, 69

நாய்க் கண்காட்சிகள், 12, 43, 50–51, 54, 57–60, 62–63, 65, 74–76, 92, 88, 106, 108, 110, 116, 118–119

நாயக்கர் காலம், 38

நாலடியார், நூல், 15

நிலக்கண்ணி வெடி, 117

நுண்சில்லு, நாய்களுக்குப் பொருத்துதல், 60, 61, 64

நேரு, ஐவஹர்லால், 51

நொளம்ப மன்னர்கள், 33

பக்கர்வால் நாய், 83, 84

பஞ்சாரா நாயினம், 31, 50, 99–100

பஞ்சாரா மக்கள், 99

பட்டி பாட்டியா நாயினம், 85

பட்டி, நாயினம், 23, 84–85, 92

பட்டியல் வகுப்பு, 61

பண்டிகொண்டா நாயினம், 61, 63, 85–86

பயன்பாட்டு விலங்குகள், 35, 90

பரியேறும் பெருமாள் 123

பல்லார் நாயினம், 56

பஷ்மி நாயினம், 63, 69, 71, 109–111,

பாப்புவா நியூகினி, 23

பாபர்நாமா, நூல், 28

பார்வை நாய், 43, 63, 96, 110, 113, 122

பாளையக்காரர்கள், 31, 80, 114

பீட்டா (PETA), 58

பீதர், கர்நாடகா, 41, 61

புஷ், ஹெர்பெர்ட் வீலர், மறைதிரு., 50

பெரியார், ஈ.வெ.ரா., 51

பைரவர், 14, 24, 25, 35

பொன் இளங்கோ, 64

போலிகார் நாய்கள் (கான்க ராஜபாளையம் நாய்)

மகேந்திரவர்மன், மன்னர், 33

மரபுக்கீற்று, நாய்களின், 19

மருது சகோதரர்கள், 80

மலைப்பட்டி நாய் 118

மனிதர்–நாய் உறவு, 127

மாமன்னன், தமிழ் திரைப்படம். 124

மாலதி ராகவன், 12

முத்துகிருஷ்ணன், எழுத்தாளர், 13

முதோல் நாய், 27, 44, 47, 57, 59–61, 63, 104–106 114, 119, 120

மெக்னா உனியல், வழக்குரைஞர், 12

மேய்ப்பு நாய்கள், 49, 69, 71, 77, 85

மொகலாய ஓவியங்கள், 27

மொஹஞ்சதாரோ அகழ்வாய்வு, 20

மோப்ப நாய், 43, 96

யானை, 11, 15, 22, 25, 27, 29, 35

ராணுவத்தில் நாய்கள், 54, 55

ராம்பூர் நவாப், 57

149

ராம்பூர் நாயினம். 108, 111–113

ராஜபாளையம் நாய், 15, 31, 52, 63, 64, 114–116, 120

ராஜா, கே.என்., கால்நடை மருத்துவர், 64, 116

ரெஹான் உத்தீன் பாபர், நாய் ஆர்வலர், 12

ரேக்ளா பந்தயம், 53

லாசா அப்சோ நாயினம், 54, 87, 88–90, 116

லூயி ரைஸ், தொல்லியலாளர், 33

வாகாரி நாயினம், 116, 117

வாலை நறுக்கும் பழக்கம், 42

விலங்குரிமை இயக்கம், 125

விஜயநகர சாம்ராஜ்யம், 85, 114

வெங்கடராம பாசிலா, 13

வெளிமான், 42, 66, 71, 126–130, 136

வெறிநாய்க்கடி நோய்(ரேபிஸ்), 126–130, 136

ஜல்லிக்கட்டு, 53, 136

ஜஹாங்கீர், 28

ஜாதகக் கதைகள், 27

ஜிம் கார்பெட், வேட்டைக்காரர், 69

ஜூனாகாத் நவாப், 47, 48

ஜேம்ஸ் கார்மன், 17

ஜோப் தாமஸ், வரலாற்றாசிரியர், 12

ஜோனங்கி நாயினம், 63, 66, 86–87

ஷாகு மகராஜ், மன்னர், 96, 105

ஹைதராபாத் நவாப், 99

ஃபேஸ்புக், 65, 119, 123

ஒளிப்படம் தந்து உதவியவர்கள்

இந்த நூலில் வெளியிடப்பட்டுள்ள படங்கள், ஒளிப்படங்களைப் பயன்படுத்த அனுமதி தந்த கீழ்க்காணும் ஓவியர்கள், ஒளிப்படமெடுப்போர், நூலகங்கள் ஆகியோருக்கு என் நன்றி. மற்ற படங்கள் நான் எடுத்தவை.

அசோக் கிருஷ்ணசாமி	*35*
அகஸ்டின் திலக்	*70*
ஒவீ தொராட்	*82*
கல்யாண் வர்மா	*131*
கார்த்திக் தவே	*108*
சலீல் பேரா	*39*
தமிழ்நாடு தொல்லியல் துறை	*32*
தாவேஷ் காத்வி	*79, 83, 130*
நித்திலா பாஸ்கரன்	*77*
பாபர் பாஷி	*78, 82*
பூபதி ஸ்ரீனிவாசன்	*94, 97, 101, 104*
புன்டாலிக் தூரி	*40*
முத்துகிருஷ்ணன், எம்.	*24*
ரோஜா முத்தையா ஆராய்ச்சி நூலகம்	*21*
வெங்கட ரமண பசிலா	*84, 86, 87*
ஜெயராம்	*129*
ஜோப் தாமஸ்	*26, 28*
ஹம்சா ஹபிப்	*30*
விஜய முருகன்	*81*
பெனப்பகட்டி	*89*